दुष्टचक्र

कविता दातार

या संग्रहातील कथा निखळ मनोरंजन म्हणून वाचणाऱ्या सर्व वाचकांना समर्पित...

अनुक्रमणिका

प्रस्तावना

नमस्कार,

दुष्टचक्र हा चित्तथरारक भयकथांचा संग्रह वाचकांसाठी सादर करताना मला विशेष आनंद होत आहे. यातील प्रत्येक कथा एक प्रकारचा संदेश वाचकाला देते.

दुष्टचक्र या कथेत व्यक्तीच्या वाईट कर्मांचे फळ त्याच्या आप्तस्वकियांना कसे भोगावे लागते, हे मांडले आहे.

व्यक्तीच्या अंतर्मनातील अपराधी भावनांची आंदोलनं, त्यामुळे तिला होणारे आभास, याचे चित्रण आभास या कथेत आहे.

अन्याय आणि अत्याचाराला बळी पडलेल्या अतृप्त स्त्रीची व्यथा ती कोण होती??? या कथेत अधोरेखित आहे.

खरं प्रेम हे जात, धर्माच्या पलीकडील भावनांचा एक सुंदर आविष्कार असतो, हे आपल्याला कालचक्र ही कथा सांगून जाते.

वचन ही कथा कर्तव्याची जाणीव करून देते.

माणसाने कुठल्याही गोष्टीचा अती लोभ करू नाही, हे गुप्तधन ही कथा वाचकांना सांगते.

प्रतिशोध ही कथा नायिकेचे बहिणी वरील प्रेम अधोरेखित करते.

आत्मदाह आणि मला भूत भेटले या कथा कळत नकळत एक मोलाचा संदेश देऊन जातात.

एक ऐसे गगन के तले...ही कथा इतर ग्रहाच्या निवासींबद्दल भाष्य करते.

आशा करते की या संग्रहातील कथा वाचकांना नक्कीच आवडतील.

टीप : या कथासंग्रहातील प्रत्येक कथा, पात्रे आणि घटना पूर्णपणे काल्पनिक असून केवळ मनोरंजनासाठी लिहिले आहे. यातील मतांशी लेखिका किंवा प्रकाशक सहमत असतीलच असे नाही. या कथासंग्रहाद्वारे कुठलीही अंधश्रद्धा पसरवण्याचा लेखिकेचा हेतू नाही.

कविता दातार
पुणे
datar.kavita@gmail.com

कथासंग्रह

दुष्टचक्र

भय इथले संपत नाही...

कविता दातार

1

दुष्टचक्र

संध्याकाळचा सातचा सुमार. हिवाळ्याचे दिवस असल्याने एव्हाना चांगलेच अंधारून आले होते. मीनल ऑटोरिक्षाने चौकात उतरली. ती काम करत असलेल्या कॉलेजमधे प्राध्यापकांसाठी ट्रेनिंग आयोजित केल्याने आज तिला परतायला उशीर झाला होता. सावकाश चालत ती तिच्या घरी निघाली. चौकातून थोडे पुढे आल्यावर मोकळ्या मैदानातून जात असताना सहज तिचे लक्ष मैदानाच्या कडेला असलेल्या एका झाडापाशी गेले. स्ट्रीटलाईट च्या अंधूक प्रकाशात नववार साडी नेसलेली, कपाळावर मोठे कुंकू लावलेली एक ग्रामिण स्त्री झाडाला टेकून उभी असलेली तिला दिसली. ती स्त्री एकटक मीनल कडे पहात होती. का कोण जाणे? पण त्या स्त्रीची आरपार भेदून जाणारी नजर पाहून मीनल च्या अंगावर सरसरून काटा आला. तिने आसपास पाहिले. मैदानात दूरवर काही मुलं फुटबॉल खेळत होती. पण जवळपास कोणीच दिसत नव्हते. तिने आपल्या चालण्याचा वेग वाढवला. आजकाल हे असंच व्हायचं. लहान सहान गोष्टींनी ती अस्वस्थ व्हायची. जरा मनाविरुद्ध झालं की तिच्या डोळयांत पाणी यायचं. काही दिवस माहेरी राहून कालच ती परत आली होती. माहेरी असताना तिच्या आईशी बोलताना तिच्या मनाची ही अवस्था तिने सांगितली होती. त्यावेळी आईने तिची समजूत काढली होती की "गर्भारपणात असे होते कधीकधी. त्यात तुला बरेच दिवस वाट पहावी लागली आहे. त्यामुळे मन साहजिकच हळवं झालं असणार." मीनल आणि अजयला लग्नानंतर पाच वर्षं वाट पाहून बाळाची चाहुल लागली होती. नुकताच तिसरा संपून चौथा महीना लागला होता. सर्व सुखरूप व्हावं यासाठीच ती माहेरच्या कुलदेवतेचे दर्शन आणि आशीर्वाद घेण्यासाठी गेली होती.

मीनल गेट उघडून घराच्या मुख्य दरवाजाशी आली. अजय अजून आलेला दिसत नव्हता. कुलुप काढून ती सरळ माडीवरच्या आपल्या खोलीत फ्रेश होण्यासाठी निघाली. हातपाय धुवून, कपडे बदलून ती सहज खोलीच्या गॅलरीचे दार उघडून, गॅलरीत आली. बाहेर झोंबणारा गार वारा सुटला होता. अंगावरची शाल अजूनच लपेटून घेत तिने सहजच गेटसमोर नजर टाकली आणि भीतीची एक लहर तिच्या अंगातून सरसरत गेली. तिने मघाशी घरी येताना पाहिलेली ती स्त्री गेटसमोरील गुलमोहराच्या झाडाला टेकून उभी होती आणि एकटक नजरेने मीनलकडे बघत होती. मीनलने पटकन गॅलरीचे दार बंद केले आणि ती थरथरत दाराला पाठ टेकून उभी राहिली. भर थंडीतही तिच्या कपाळावर घामाचे थेंब जमा झाले. वातावरणात एक प्रकारची नकारात्मकता आणि औदासीन्य भरून राहिले होते. अचानक दारावरची बेल कर्णकर्कश्श वाजली. मीनल खूपच घाबरली. तिला वाटले ती स्त्री घरात येऊ पहात आहे. तिच्या हातापायांचा कंप वाढला. दारावरची बेल पुन्हा दोन तीन वेळा वाजली. पाठोपाठ अजयचा आवाज आला. "मीनू !!" तिच्या जीवात जीव आला. पायऱ्या उतरून ती खाली दारापाशी आली. दार उघडून अजयला बिलगून ती हमसाहमशी रडू लागली. "काय झालं मीनल? मला सांगशील का?"

"ती. . . ती. . .बाई. . .मला खूप भीती वाटतेय अजय." एवढे बोलून ती पुन्हा रडायला लागली. अजयने आत येऊन दार बंद केले. तिला डायनिंग टेबलपाशी खुर्चीवर बसवून, तांब्यातील पाणी पेल्यात ओतून प्यायला दिले.

"शांत हो मीनू. .आता मला सांग. . कुठल्या बाईबद्दल बोलते आहेस ? "
तिने अजयला ती कॉलेजमधून घरी येताना पासून ते गॅलरीतून गेटच्या समोर झाडाखाली ती स्त्री दिसेपर्यंतची हकिकत सांगितली.

"अगं एवढंच ना ? तु त्या बाईला बघितल्यावर तिच्याच विचारात असशील. म्हणून तुला ती परत दिसल्याचा भास झाला असेल. मी आलो तेव्हा तर कोणीच नव्हते तिथं. उगाच नको ते विचार करू नकोस. तु जास्तीत जास्त आनंदी रहायला हवं. असं घाबरण्याने आपल्या बाळावर विपरीत परिणाम होऊ शकतो." अजयने तिची समजूत काढली.

"चल. जेवायला बसू. मी हातपाय धुवून येतो."
मीनलने , त्याच्या समाधानासाठी हसून मान डोलवली. पण तिचे मन कुठल्यातरी अनामिक, अभद्र आशंकेने काळवंडून गेले. तिने पटकन कुकर गॅसवर चढवला आणि कोशिंबिर करायला घेतली.

रात्री दोनच्या सुमारास तिला अचानक कसल्याशा आवाजाने जाग आली. तिने

कूस पालटली आणि जवळच गाढ झोपलेल्या अजयकडे तिची नजर जाताच ती मोठ्यांदा किंचाळली. अजय जागेवर नव्हता. त्याच्या जागेवर संध्याकाळी पाहिलेली तीच बाई झोपली होती. मीनलला जाग येताच ती बाई तिच्याकडे वळून, भेदक नजरेने एकटक पाहू लागली. तिची नजर जणू काही जाळ ओकत होती.

"मीनू . . उठ. जागी हो. अगं केवढ्यांदा किंचाळतेस?"
अजय तिला जागं करत होता. केव्हढं भयानक स्वप्न पडलं होतं तिला. भीतीने ती घामाघूम झाली.

रात्री झोप नीट न झाल्याने तिला सकाळी अजिबात उठावेसे वाटत नव्हते. 'आज सुट्टी टाकावी का? ' ती विचार करू लागली. पण अजय दिवसभर घरात नसणार आणि एकटीने एव्हढा मोठा दिवस घरात राहून पार करण्याची कल्पना तिला फार भयाण वाटली. बेमनाने ती उठली. साडेआठ झाले होते. अजय ऑफिसला जाण्यासाठी तयार होत होता. पोळ्यावाल्या मावशी पोळ्या आणि भाजी करून निघून गेल्या होत्या. तिने पटकन आवरून स्वतःसाठी चहा केला. चहा घेऊन तिला जरा बरं वाटलं. तिने दोघांचे डबे भरायला घेतले.

आज अजयने त्याच्या कारने तिला कॉलेजला सोडले. तिचे शिकवण्यातही फारसे लक्ष लागत नव्हते. सकाळपासून पोटात ढवळत होते. जेवणाच्या सुट्टीत लंच बॉक्स उघडल्यावर अन्नाच्या वासाने तिला भडभडून आले. ती वॉशरुमच्या दिशेने धावली. बाहेर आली तेव्हा वॉशरुम बाहेर कोणीही नव्हते. पण वॉशरूम बाहेरच्या पॅसेजच्या टोकाशी कोणीतरी उभं आहे आणि तिच्याकडे रोखून पाहत आहे, असा भास तिला झाला. ती घाईघाईने स्टाफ रूमकडे वळली.
घरी परत येताना आज ती रिक्षाने घरापाशीच उतरली. कालच्या प्रसंगांची पुनरावृत्ती तिला नको होती. आज तिला खूप थकल्यासारखे वाटत होते. घरात येऊन तिने सर्व खोल्यांतील लाईट चालू केले. वॉटर फिल्टरमधून ग्लासात पाणी ओतून ग्लास तोंडाला लावणार एवढ्यात तिला कोणीतरी पाठीमागे उभे असल्याचा भास झाला. वळून पाहते तर कोणीही नव्हते.

त्या दिवसापासून तिला घरात त्या दोघां व्यतिरिक्त अजून कोणाचे तरी अस्तित्व जाणवत राहिले. कुणीतरी सतत तिला पहात आहे, ती जिथे जाईल तिथे तिचा पाठपुरावा करत आहे. असं तिला वाटत होतं. दोन तीनदा तिने अजयला

सांगण्याचा प्रयत्न केला, पण त्याने तिच्या मनाचे खेळ आहेत, असं समजावून तिला उडवून लावलं. तिला धड जेवण जात नव्हते. बळेबळेच खाल्लेले चार घासही उलटून पडत होते. ती खूप अशक्त झाली होती. अशा अवस्थेत कॉलेजला जाणे शक्यच नव्हते. त्यामुळे तिने फोनवरून कॉलेजमध्ये कळवून काही दिवसांची रजा टाकली. अजय ऑफिसमधून सुट्टी काढून, घरी राहून तिची पूर्ण काळजी घेत होता. घरातली थोडीफार काम करणं, तिला डॉक्टरकडे नेणं, बळेबळेच तिला खायला घालणं, तिला मानसिक आधार देणं हे सर्व तो मनापासून करत होता. तो जवळ असला कि तेवढ्या पुरती ती ठीक असायची. पण जास्त दिवस रजेवर राहणं अजयला शक्य नसल्याने त्याने मीनलची काळजी घेण्यासाठी तिच्या आईला बोलावून घेण्याचे ठरवले. मीनलच्या आई, सुलभाताई दोनच दिवसांत तिच्या काळजीने तिथे हजर झाल्या. आईच्या येण्याने सुद्धा मीनलच्या तब्येतीत फारशी सुधारणा नव्हती. डॉक्टरांच्या मते मीनल आणि तिचे बाळ शारीरिक दृष्ट्या व्यवस्थित होते पण असंच चालू राहिलं तर बाळाला निश्चितच धोका होता. मीनल दिवसेंदिवस मनाने खचत चालली होती. अशातच तिला चौथा संपून पाचवा महिना लागला.

एक दिवस दुपारी आराम करत असताना तिचा डोळा लागला आणि तिला स्वप्न पडले, स्वप्नात तिने पाहिले की एका गर्भार बाईला काही लोक बळजबरीने घराबाहेर काढत आहेत, त्या झटापटीत ती पायऱ्यांवरून पडून तिचा गर्भपात होऊन ती बेशुद्ध पडली आहे आणि रक्ताचे पाट वहात आहेत. ती रडतच दचकून जागी झाली. तिच्याजवळच मासिक वाचत पडलेल्या सुलभाताईंनी तिला शांत केलं. तिने त्यांना तिच्या स्वप्नाबद्दल सांगितलं. ते ऐकून त्यांचा चेहरा पडला. "काय झाले आई?" आईचा चेहरा पाहून मीनलने विचारले, "काही नाही. . . काळजी वाटते तुझी. ." "आई ! तू माझ्यापासून काहीतरी लपवते आहेस. माझ्या स्वप्नाबद्दल सांगितल्यावर तु खूप अस्वस्थ झाल्यासारखी वाटते आहेस. प्लीज. . काय आहे ते सांग मला." "काही नाही गं. .तू आराम कर बघू ." असे म्हणत सुलभाताईंनी पदराने आपले अश्रू टिपले.

बारा वर्षांपूर्वीचा प्रसंग जसाच्या तसा त्यांच्या डोळ्यासमोर उभा राहिला. पण त्याबद्दल मीनलला काहीही सांगणे त्यांना उचित वाटले नाही.

त्या घटनेनंतर सुदाम ने घरी येऊन सुलभाताईंना रडत रडत सगळी हकिकत सांगितली होती आणि जाता जाता एवढेच म्हणाला होता, "बाईसाहेब ! माझ्या

संसाराची राखरांगोळी झाली. ज्या परिस माझ्या वाट्याला दुःख आलं त्यापरीस तुमच्या पोरा बाळांचे हाल होतील, हा माझ्या रखमाचा शाप आहे. ती सोडणार नाय तुमच्या पोरा बाळांला." त्याचा तो तळतळाट आठवून सुलभाताईंच्या मनात चर्र झालं. त्यांच्या मनात अशुभाची पाल चुकचुकली.

असाच एक आठवडा गेला. मीनलची प्रकृती दिवसेंदिवस खालावत होती. बाळाच्या हालचाली मंदावल्या होत्या. तिला वरचेवर सलाईन लावावे लागत होते.

एक दिवस अशक्तपणामुळे ग्लानी येऊन तिला गाढ झोप लागली. संध्याकाळचे साडेसहा वाजले तरी ती उठली नव्हती. सुलभाताई स्वयंपाकघरात रात्रीच्या जेवणाची तयारी करत होत्या. अचानक खूप गार वारा सुटला. हुडहुडी भरावी एवढी थंडी जाणवून मीनलला जाग आली. खोलीत अंधार होता. जिन्यातल्या लाईटचा अपुरा प्रकाश खोलीत येत होता. त्या प्रकाशात तिला पलंगाच्या कडेला कुणीतरी उभे असल्याचं जाणवलं. ती उठून बसली आणि घाबरून बघू लागली. भीतीची एक थंड लाट तिच्या अंगभर सळसळत गेली. पलंगाच्या कडेला तीच बाई उभी होती. तिच्याकडे भेदक नजरेने, रोखून पहात. आज तिच्या चेहऱ्यावर एक विकट, अमानवीय हास्य पसरले होते. पुढे सरकत मीनलच्या दिशेने, हात लांबवून तिने मीनलला तिच्या बरोबर येण्याची खूण केली. विलक्षण घाबरून, क्षणार्धात मीनल उठली, खोली बाहेर पळाली आणि घाईघाईने, धावत, किंचाळत पायऱ्या उतरू लागली. उतरताना अचानक तिचा तोल गेला आणि ती गडगडत पायऱ्यांवरून जोरात खाली आदळली. प्रचंड रक्तस्त्राव होऊन ती तिथेच बेशुद्ध झाली. तिच्या आवाजाने धावत आलेल्या सुलभाताईंनी रडत, ओरडत आसपासच्या लोकांना बोलावून, ॲम्ब्युलन्स मागवून तिला हॉस्पिटलला दाखल केले. तेथूनच अजयला त्यांनी फोन लावला.

आज आठ दिवसांनी मीनल हॉस्पिटलमधून घरी परतली होती. भकास, रिती, रिकामी. अजय स्वतःचे दुःख लपवून, तिची त्याच्यापरीने समजूत काढत होता. सुलभाताई मात्र हे दुष्टचक्र कधी संपणार. . . संपणार की नाही??? हा विचार करत खिन्नपणे बसल्या होत्या.

दोन वर्षांनंतर ...

मीनल आज विशेष खुशीत होती. त्याला दोन कारणं होती. एकतर आज तिच्या

आणि अजयच्या लग्नाचा सातवा वाढदिवस. दुसरं म्हणजे तिला पुन्हा बाळाची चाहूल लागली होती. दोन वर्षांमागे तिचा पाचव्या महिन्यात पायऱ्यांवरून पडून गर्भपात झाला होता. त्यानंतर शारीरिक आणि मानसिक दृष्ट्या सावरायला तिला तीन चार महिने लागले होते. कॉलेजमधील प्राध्यापिकेच्या तिच्या नोकरीमुळे तिला सावरायला फार मदत झाली होती. आता मात्र पहिल्यापासून काळजी घ्यायची, स्वतःला जपायचं असं तिने मनोमन ठरवलं होतं. आज अजय ऑफिसमधून आल्यावर ही गोड बातमी ती त्याला सांगणार होती. दारावरची बेल वाजली. मीनलने दार उघडले. "आज खूप खुशीत दिसतेस. . काय विशेष?" अजयने आत येत विचारले. उत्तरादाखल तिने त्याच्या गळ्यात दोन्ही हात टाकून त्याच्या कानात ती गोड बातमी सांगितली. "अरे वा! मग आज डबल सेलिब्रेशन. . कुठे जायचं डिनरला? सांग. ." आनंदाने तिला उचलून घेत अजय म्हणाला. "नको, घरी पार्सल मागवू या. . मला बाहेर जायचा कंटाळा आलाय." "ओके. . जैसी आपकी मर्जी. " असं हसून म्हणत पार्सलची ऑर्डर देण्यासाठी अजयने मोबाइल हातात घेतला.

बाळाची चाहूल लागल्याने अजय-मीनल आनंदात होते. पण या आनंदाला काळजीची किनार होती. कॉलेजच्या फुलटाइम नोकरीमुळे आणि शिकवण्या व्यतिरिक्तच्या कॉलेजमधील इतर जबाबदाऱ्यांमुळे मीनलला खूप थकायला व्हायचं. त्यामुळे तिने दीर्घकालीन रजा घेण्याचे ठरवले. अजय ज्या कन्स्ट्रक्शन कंपनीत काम करत होता त्या कंपनीचे एक प्रोजेक्ट रत्नागिरीत सुरू होणार होते. रत्नागिरी मीनलचे माहेर. तिथे तिची काळजी घ्यायला तिची आई होती. म्हणून अजयने वरिष्ठांकडे विनंती करून या प्रोजेक्ट चे काम स्वतःकडे घेतले. लवकरच दोघे रत्नागिरीला जाण्याची तयारी करू लागले. मीनलच्या माहेरच्या घराजवळच त्यांनी तीन खोल्यांचे एक बैठे घर भाड्याने घेतले.

रत्नागिरीत आल्यावर मीनलचा वेळ मजेत जाऊ लागला. सकाळी नऊ वाजता जेवणाचा डबा घेऊन अजय ऑफिसला गेला, की मीनल स्वतःचं आवरून आईकडे जायची. आईबाबांशी गप्पा, वाचन, आराम यात संध्याकाळ केव्हा व्हायची, कळायचंही नाही. सुलभाताई हरतऱ्हेने आपल्या लेकीचे डोहाळे पूरवत होत्या. अजयची घरी येण्याची वेळ झाली की संध्याकाळी सहाच्या सुमारास मीनल घरी यायची. सगळं व्यवस्थित चाललं होतं. पण सुलभाताईंच्या मनात थोडी धाकधूक होतीच. रोज त्या देवीला प्रार्थना करत, "आई नवदुर्गे ! माझ्या लेकीचं बाळंतपण

सुखरूप होऊ दे. . बाळाला घेऊन दर्शनाला येईन." मीनलचे नाव रत्नागिरीतील अद्ययावत हॉस्पिटल मध्ये नोंदवले होते. दर पंधरा दिवसांनी ती सुलभाताईं बरोबर चेकअप ला जात होती.

पाहता पाहता नऊ महिने पूर्ण झाले आणि मीनलने एका गोऱ्यापान, गोंडस मुलीला जन्म दिला. अजय-मीनलला आनंदा बरोबरच एक जबाबदारीची जाणीव झाली. दिनकरराव-सुलभाताईंना आपल्या नातीला कुठे ठेवू अन् कुठे नको असे झाले. मीनलने मुलीचे नाव आर्या ठेवले. आर्या आई-बाबा आणि आजी-आजोबांच्या छत्रछायेत मोठी होऊ लागली. दिनकर रावांची ती विशेष लाडकी होती. तासंतास ते तिच्याशी खेळत असत. मीनलचा पूर्ण दिवस तिच्या संगोपनात कसा जायचा तिला कळायचे देखील नाही. अजयचे काम आता वाढले होते. त्यामुळे त्याला घरी यायला बरेचदा उशीर व्हायचा. या गडबडीत सुलभाताईंनी बोलल्याप्रमाणे नवदुर्गेच्या दर्शनाला जायचे राहून गेले होते. सगळं काही सुरळीत चाललं होतं. आर्या आता दोन वर्षांची झाली होती.

अलीकडे सुलभाताईंना एक गोष्ट खटकायची, दिनकरराव आर्याला घेऊन बसले असतांना, तिच्याशी खेळत असताना किंवा ती दुसऱ्या कोणाजवळ असताना सुद्धा दिनकरावांकडे रोखून, टक लावून बघत असे. बाकी कोणाला नाही, पण सुलभाताईंना हे चमत्कारिक वाटे. पण हा आपला भास असावा, अशी त्यांनी स्वतःची समजूत घातली होती. अजयला दोन दिवसांची जोडून सुटी आल्याने त्या सर्वांनी मुरुडला नवदुर्गेच्या दर्शनाला जाण्याचे ठरवले.

रत्नागिरीहून मुरुडला येईपर्यंतच्या प्रवासात आर्या अगदी गप्प होती. नेहमीचा तिचा खेळकरपणा कुठेतरी लुप्त झाला होता. जसजसं मंदिर जवळ येऊ लागलं तसतशी ती अधिकच बेचैन होऊ लागली. रडत, ओरडत स्वतःच्या दोन्ही हातात डोके दाबून धरत, हातपाय झाडू लागली. तिची ती अवस्था बघून सगळे काळजीत पडले. मंदिराशी गाडी थांबताच ती अधिकच जोरात किंचाळू लागली. गाडी खाली उतरून सगळे जण मंदिरात जाऊ लागले. पण आर्या गाडी खाली उतरायला तयार नव्हती. तिचे रडणे, ओरडणे, अंग टाकून देणे चालूच होते. मीनलने तिला गाडीतून ओढून बाहेर काढण्याचा प्रयत्न करताच तिने पूर्ण शक्तीनिशी मीनलला जोरात ढकलले. त्या अनपेक्षित धक्क्यामुळे मीनल भेलकांडत जमिनीवर पडणार एवढ्यात अजयने तिला सावरले. "आर्याची तब्येत बरी दिसत नाही. तुम्ही सगळे

दर्शन घेऊन या, मी आर्या जवळ थांबतो. तुम्ही आल्यावर मी जाईन." अजय म्हणाला.

"अरे असं कसं? तिच्यासाठीच तर आपण दर्शनाला आलो आहोत. तिला . . . " सुलभाताईंचं आर्या कडे लक्ष जाताच त्यांचे शब्द हवेतच विरले. जळजळीत नजरेने आर्या त्यांच्याकडे रोखून पाहत होती. तिची ती विखारी नजर पाहून सुलभाताईंचा ठोका चुकला. मुरुड हून परत येताना गाडीत आर्याला सणकून ताप भरला. परतल्यानंतर दोन दिवस ती हॉस्पिटलमध्ये ॲडमिट होती. त्यानंतर वरचेवर आर्या आजारी पडू लागली. चांगली असली कि व्यवस्थित खायची, प्यायची, खेळायची. पण आजारी असली की मलूल होउन पडून राहायची. अजय - मिनलने तिला मुंबईला नेऊन तिथल्या बालरोगतज्ज्ञाला दाखवले. पण सगळे रीपोर्टस् नॉर्मल आले. काही निदान होऊ शकले नाही.

एके सकाळी दिनकरराव आपल्या खोलीत दाढी करत होते. आर्या त्यांच्या पलंगावर खेळण्यांशी खेळत होती. अचानक खेळणं सोडून ती आरशात दिसणाऱ्या दिनकर रावांकडे रोखून पाहू लागली. तिची नजर दिनकर रावांना चमत्कारिक वाटली. आरशातून पाहताना अचानक तिच्या जागी त्यांना एक नऊवार साडी नेसलेली, मोठं कुंकू लावलेली, मोकळे केस सोडलेली स्त्री दिसू लागली. त्या स्त्रीचा चेहरा रक्ताने माखला होता. तिच्या डोळ्यांच्या जागी फक्त खोबण्या दिसत होत्या. अतीव भीतीने त्यांनी मागे वळून पाहिले. आर्या शांतपणे आपल्या खेळण्यांशी खेळत होती. त्यांना वाटले आपल्याला भास झाला असेल. पण मनातून मात्र ते प्रचंड घाबरले. चौदा वर्षांपूर्वी घडलेला प्रसंग जसाच्या तसा त्यांच्या डोळ्यांसमोर उभा राहिला.

चौदा वर्षांपूर्वी दिनकररावांचे गावाबाहेरील शेत त्यांनी त्यांच्या दूरच्या भावाला विकण्याचे ठरवले होते. भावाला लवकरात लवकर शेताचा व्यवहार करून हवा होता. त्या शेतात दोन खोल्यांचे छोटे घर होते. तिथे सुदाम आपली पत्नी रखमा सोबत राहात होता. काही वर्षांपासून दिनकररावांनी त्याला शेताची राखण करण्यासाठी नेमले होते. दिनकररावांच्या भावाला ते घर रिकामे करून हवे होते. त्याशिवाय शेताचा व्यवहार पूर्ण करायला तो तयार नव्हता. दिनकररावांनी सुदामला घर खाली करण्यास सांगितले होते. पण रखमा गर्भार असल्याने आणि हिवाळ्याचे दिवस असल्याने सुदाम त्यांना काही महीन्यांची मुदत मागत होता.

त्यासाठी त्यांच्या विनवण्या करत होता, "मालक फकस्त तीन चार महिने दम खावा . . बाइल पोटुशी हाय. .तिला घिउन या मरणाच्या थंडीत आम्ही कुठं जावं?" पण दिनकरराव ऐकायला तयार नव्हते. "ते तुझं तू बघ. . मला जागा लवकरात लवकर रिकामी करून हवी. . नाही तर तुला जबरदस्तीने बाहेर काढणं मला काही कठीण नाही. " सुदाम - रखमा जागा सोडण्याचे मनावर घेत नाही हे पाहून, एके दिवशी दिनकररावांनी चार-पाच गुंड प्रवृत्तीची माणसं सोबत घेतली आणि सुदाम - रखमाचे सर्व सामान शेतातील घरातून काढून बाहेर फेकले. त्या दोघांना दंडाला धरून, ओढत त्या गुंडांनी बाहेर काढले. या झटापटीत रखमा पोटाच्या भारावर पायऱ्यांवरून गडगडत खाली पडली आणि तिचा गर्भपात झाला. दिनकरराव आणि ते गुंड तेथून निघून गेले. काही लोकांच्या मदतीने सुदामने रखमाला दवाखान्यात दाखल केले. बाळ तर गेलेच होते. तीही वाचू शकली नाही. त्यांच्या भूतकाळातील ही काळी बाजू त्यांना छळत होती.

आजही आर्याची तब्येत बरी नव्हती. तिला औषध पाजून, झोपवून मीनल रात्रीच्या स्वयंपाकाला लागली. अजय अजून आला नव्हता. अचानक तिला आर्या झोपली होती त्या खोलीतून काही तरी पडल्याचा आणि त्यापाठोपाठ आर्याच्या किंचाळण्याचा आवाज आला. तव्यावरची पोळी तशीच टाकून ती खोलीकडे धावली. पाहते तर काय... खोलीतील सामान इतस्ततः विखुरले होते. ड्रेसिंग-टेबल समोर आर्या उभी होती. मीनलने तिथल्या आरशावर चिकटवलेली मोठी लाल टिकली तिने आपल्या कपाळावर लावून घेतली होती. काजळाच्या डबीतील काजल डोळ्यात भरून घेतले होते. दोन वर्षांची गोड, नाजूक आर्या या क्षणी विलक्षण भीतीदायक दिसत होती. मीनलला पाहताच भयावह, भेसूर आवाजात ओरडत टेबलवरील फ्लॉवरपॉट उचलून तिने जोरात आरशावर भिरकावला. आरसा फुटून त्याचे तुकडे आजूबाजूला विखरून पडले. त्यातला एक मोठा काचेचा तुकडा उचलून, डोळयांत अंगार फुलवून, विकट हसत, "सोडनार नाय कुनाला. . ." असे ओरडत ती मीनलकडे धावली. अचानक काचेच्या तुकड्याचा कोपरा तिच्या हातात रुतून भळभळ रक्त वाहू लागले. ते पाहून ती कळवळून, केविलवाणी रडू लागली आणि रडता रडता तिची शुद्ध हरपली. तिची ती अवस्था पाहून मीनलच्या पायाखालची जमीन सरकली. धावत जाऊन तिने आर्याला उचलले आणि रिक्षा करून हॉस्पिटलला नेले. थोड्याच वेळात अजयही तेथे आला. त्याला पाहून मीनलचा बांध फुटला. झाला प्रकार तीनं त्याला सांगितला. "काय झालं असेल रे आपल्या आर्याला? असं का वागत असेल ती?" रडतच तिने अजयला विचारले,

"अग टीव्हीवर काहीतरी पाहिले असेल. . किंवा झोपेत एखादे स्वप्न पडल्यामुळे ती अशी वागत असेल." अजयने मीनलची समजूत घालण्याचा प्रयत्न केला पण मनातून तो चरकला होता.

मध्ये बरेच दिवस निघून गेले. आर्या आता व्यवस्थित होती. थंडीचे दिवस होते. अशात एक दिवस दिनकररावांनी गावाबाहेरील त्यांच्या भावाच्या शेतात सर्वांनी मिळून जाण्याचा बेत आखला. हेच ते शेत दिनकररावांनी काही वर्षांपूर्वी आपल्या या दूरच्या भावाला विकले होते. सर्वजण शेतात आले. तेथील शांत वातावरण, चुलीवर शिजवलेले गरम जेवण, यामुळे सगळे मजेत होते. जेवण झाल्यावर सगळे बोलत बसले असताना आर्या दिनकर रावांचा हात ओढत बोबड्या स्वरात म्हणाली, "चला ना आजोबा. . लपाथपी खेलूयात. ." "अगं आत्ताच तर जेवलोय. .जरा वेळाने खेळू. ." पण ती ऐकायला तयार नव्हती. "बर. . चल खेळू या थोडावेळ. ." आर्या आणि तिचे आजोबा लपाछपी खेळायला शेतात बांधलेल्या जुन्या घराच्या बाजूला आले. "तु लप, मी तुला शोधतो. . पण जास्त दूर जाऊ नकोस. ." "बलं आजोबा. ." दिनकररावांनी डोळे झाकले. "दहा. .वीस. .तीस. ." दिनकरराव आर्याला शोधू लागले. "आजोबा. . मी इथे आहे. ." आर्याचा आवाज त्या घरातून येत होता. पायऱ्या चढून त्या घरात जाउन दिनकरराव तिला शोधू लागले. "आजोबा. ." 'अरे बापरे ! आर्या चा आवाज विहिरीजवळून येतोय. .' दिनकरराव धावले. तिचा आवाज आता थेट विहिरीतून येत होता. घाबरून त्यांनी विहिरीत डोकावून पाहिले. "आलात मालक. ." त्यांच्या मागून आवाज आला. वळून पाहिले तर काही अंतरावर आर्या उभी होती. तिच्या चेहऱ्यावरचे त्या दिवशीसारखेच क्रूर, विखारी भाव पाहून दिनकररावांना थंडीतही घाम फुटला. थोड्याच वेळात त्यांना आर्याच्या जागी रखमा दिसू लागली. रक्ताने माखलेली, केस पिंजारलेली, सुळे बाहेर निघालेली आणि डोळ्यांच्या जागी फक्त काळ्या खोबण्या असलेली रखमा पाहून दिनकररावांची बोबडी वळली. ओरडावंसं वाटत असूनही त्यांच्या तोंडून शब्द फुटेना. हळूहळू ती त्यांच्या दिशेने येऊ लागली. दिनकरराव मागे सरकू लागले. अचानक तोल जाऊन ते कठडा नसलेल्या विहिरीत पडले.

आर्याच्या रडण्याने आरामात बसलेले सगळे विहिरीच्या दिशेने धावले. "आजोबा पान्यात पलले. ." असे म्हणत आर्या जोरजोरात रडत होती. दिनकररावांना बाहेर काढले तोवर खूप उशीर झाला होता. हे जग सोडून ते केव्हाच निघून गेले होते. सुलभाताई आकांत करत शेतातील घराकडे पाहत म्हणत होत्या. "शेवटी ज्याची

भीती होती तेच झालं. ."

आज दिनकर रावांना जाऊन तीन महीने झाले होते. पुन्हा एकदा सुलभाताई, अजय, मीनल आणि आर्या मुरुडला नवदुर्गेच्या दर्शनाला आले होते. देवीच्या मूर्तीसमोर हात जोडून उभी असलेल्या आर्याच्या गोड चेहऱ्याकडे पाहात असलेल्या सुलभाताईंना एका दुष्टचक्राचा अंत झाल्याची जाणीव झाली.

2

आभास

रात्रीचे दोन वाजलेले. अवनी त्या निर्मनुष्य जंगलातील पायवाटेने एकटीच चालत होती. सभोवताली दाट झाडी. त्यातून रातकिडय़ांचा आवाज. क्वचित कुठे तरी दूर जंगली श्वापदाची डरकाळी ऐकू येत होती. सगळं वातावरण भयप्रद भासत होतं. अर्धा तास असंच चालत राहिल्यावर दूरूनच तीला ती छोटी टुमदार बंगली नजरेस पडली. तिने चालण्याचा वेग वाढवला. फाटक उघडून ती बंगलीच्या प्रवेशद्वाराजवळ आली. तिची वाटच पाहात असल्याप्रमाणे ते प्रवेशद्वार उघडले. "आलीस अवनी. . केव्हाची तुझी वाट पाहात होतो." एक पुरुषी आवाज तिच्या कानी पडला. तिने सभोवार नजर फिरवली. पण बंगलीत मिट्ट काळोख असल्याने कोणीच तिच्या दृष्टीस पडले नाही. "अवनी ये . . मी तुझीच वाट पाहत आहे." परत तोच आवाज.

अवनी भीतीने दचकून जागी झाली. तिचे सर्वांग घामाने भिजले होते. बेडजवळच्या साईड टेबलवरची पाण्याची बाटली उचलून तिने तोंडाला लावली. आणि एका दमात रिकामी केली. या आठवड्यात दुसऱ्यांदा तिला ते स्वप्न पडले होते. अजूनही कानात तोच आवाज घुमत होता. "अवनी. . . अवनी". तिला तो आवाज खूप ओळखीचा वाटला.

अवनी आणि आदित्यच्या लग्नाला तीन महिने झालेले. कन्स्ट्रक्शन बिझनेसचा व्याप खूप मोठा असल्याने आदित्य आणि त्याच्या वडिलांना बऱ्याचदा बाहेरगावी जावं लागे. नाशिकला एका हॉलिडे होम रिसॉर्टच्या साईटचे काम चालू असल्याने कालच ती दोघं तिथं गेली होती. पुण्यातील त्यांच्या मोठ्या बंगल्यात अवनी

आणि आदित्यची आई मालती दोघी एकटय़ाच होत्या. मालतीबाईंना गुडघेदुखी असल्याने त्यांची बेडरुम खालच्या मजल्यावर होती. बंगल्याच्या वरच्या मजल्यावर अवनी तिच्या बेडरुममध्ये एकटीच होती. एवढ्या मोठ्या घराची अवनीला अजून सवय झाली नव्हती. लग्नाआधी माहेरी ती, आई, बाबा आणि लहान भावाबरोबर सदाशिव पेठेतल्या दोन बेडरूमच्या छोट्या फ्लॅटमध्ये राहात होती.

पाहता क्षणी कोणाचीही नजर खिळवून ठेवेल अशी अवनी सुंदर. गोरा रंग, मध्यम उंची, लांब केस, किंचित उभट चेहरा आणि निळे डोळे. . एसपी कॉलेजला, एम.ए. सायकॉलॉजीच्या दुसऱ्या वर्षाला असतानाच नात्यातील एका लग्नात आदित्यने अवनीला पाहिले आणि त्याच्या घरच्यांना सांगून रीतसर मागणी घातली. सर्वसाधारण परिस्थितीत वाढलेल्या अवनीला शान, शौकी, ऐषआराम या सगळ्याचे फार आकर्षण होते. म्हणूनच आदित्यसारख्या श्रीमंत मुलाचे स्थळ चालून आल्यावर तिला स्वर्ग दोन बोटे उरला. या सगळ्यांत ती आकाश ला साफ विसरली.

आकाश. . . तिच्याच वर्गात शिकणारा, तिच्या सारखाच सर्वसाधारण परिस्थितील, अत्यंत हुशार मुलगा. लहानपणीच वडिलांना गमावलेला आकाश एकट्या आईसोबत राहात होता. अवनीवर त्याचे जीवापाड प्रेम. गेली चार वर्षे अवनी आणि आकाश कॉलेजच्या आणि अभ्यासाच्या निमित्ताने रोज भेटत. आकाशने अवनी जवळ त्याच्या प्रेमाची कबुली दिल्यावर अवनीने लगेच त्याला होकार दिला होता. त्यामागे आकाश वरील प्रेमापेक्षा त्याच्या देखण्या रूपाचे आकर्षण आणि इतर मैत्रिणींना आहे म्हणून आपल्यालाही एक बॉयफ्रेंड असावा हे कारण होते. तिच्या उथळ स्वभावानुसार हल्ली आकाशशी असलेल्या संबंधांचा तिला कंटाळा आला होता. याला कारण म्हणजे कायम अभ्यासात किंवा वाचनात बुडालेला आकाश तिला इतर मुलींच्या बॉयफ्रेंड्स प्रमाणे महागडे गिफ्ट्स, शॉपिंग, आऊटिंग वगैरेचे सुख देऊ शकत नव्हता. म्हणूनच आदित्यचे भारी स्थळ आल्यापासून ती त्याला टाळू लागली होती. लग्नाची तारीख ठरल्यावर आकाशच्या मनाचा काहीएक विचार न करता, त्याला कुठलेही स्पष्टीकरण न देता अवनीने लग्नपत्रिका त्याच्या हातात ठेवली होती.

अवनी लगबगीने मॉलमध्ये शिरली. येत्या आठवड्यात आदित्य चा वाढदिवस.

त्यासाठी तिला भरपूर शॉपिंग करायची होती. बटन दाबून ती लिफ्टची वाट पाहू लागली.

लिफ्टमध्ये प्रवेश करताना तिला भास झाला की कोणीतरी तिच्यावर नजर ठेवून आहे. खरंतर लिफ्टमध्ये ती एकटी होती. पण कोणीतरी आहे आणि तिच्या अगदी जवळ येऊन उभे आहे, असे तिला वाटले. तोच आवाज परत तिच्या कानात कुजबुजला, "अवनी. . . अवनी. ." आणि पटकन कोणीतरी तिचा हात पकडला. अवनी प्रचंड घाबरली. जोरात ओरडावे असे वाटत असूनही भीतीने तिच्या तोंडून शब्द फुटत नव्हता. हात सोडवून घेण्यासाठी ती केविलवाणी धडपड करू लागली. पण तिच्या हातावरची पकड अधिकच घट्ट झाली. आत्यंतिक भीतीने भोवळ येऊन ती लिफ्टमध्येच कोसळली. अवनी शुद्धीवर आली तेव्हा तिच्या बेडरूममध्ये होती. तिच्या उशाशी आदित्य चिंतातूर मुद्रेने बसलेला तिला दिसला. "काय झालं तुला अवनी? मॉलमधल्या लोकांनी तुला लिफ्टमध्ये पडलेली पाहून तुझ्या पर्समधल्या माझ्या व्हिजिटिंग कार्डवरचा नंबर घेऊन मला कॉल केला आणि मी तुला घरी घेऊन आलो."

"काही नाही रे. . काल झोप न झाल्याने जरा चक्कर आली इतकंच. . "

"आता बरं वाटतंय ना? तु आराम कर. ऑफीस मध्ये एक महत्त्वाची मीटिंग आहे ती अटेंड करून तास दीडतासात मी परत येतो."

"तु जा ऑफिसला. . माझी काळजी करू नकोस. मी ठीक आहे."

आदित्य गेल्यावर अवनी विचार करू लागली नेमके काय झाले आपल्याला ? कदाचित भास असेल. पण ती चिरपरिचित हाक ?? "अवनी. .अवनी. ."

तिची विचारशक्ती खुंटली. अतीव श्रमाने तिने डोळे मिटले.

दुसऱ्या दिवशी संध्याकाळी अवनी आणि मालतीबाई बंगल्याच्या लॉनमध्ये कॉफी घेत बसल्या असताना अवनीला तिच्या खुर्चीमागे कोणी उभे असल्याचा भास झाला. तिने पटकन वळून पाहिले... कुणीही नव्हते. ती मालतीबाईंशी बोलण्यात गुंतली. पाच दहा मिनिटांनी तिचे मोकळे केस कोणीतरी कुरवाळत आहे, असे तिला वाटले. पाठोपाठ तीच कुजबुजती हाक "अवनी. .अवनी." भीतीची एक लहर तिच्या सर्वांगभर पसरली. पटकन ती उठली आणि पळतच घरात गेली. मालतीबाई तिच्याकडे विचित्र नजरेने पाहातच राहिल्या.

रात्री गाढ झोपेत असलेल्या अवनीला झोपेतच केसांवर, गालांवर, ओठांवर तोच चिरपरिचित स्पर्श जाणवला. "झोपू दे ना आदित्य. . खूप थकलेय मी. ." झोपाळू

स्वरात ती म्हणाली. तरी त्याचे तिच्या सर्वांगावर फिरणारे हात थांबले नाहीत. तिने डोळे उघडले आणि ताडकन उठून बसली. आदित्य तिच्या बाजूलाच गाढ झोपला होता. मग तो स्पर्श ??? भीतीने ती घामाघूम झाली. काय प्रकार आहे हा ? या घरात तर काही नसेल ना ?? कुणाला सांगावे का ?? पण कोणी आपल्यावर विश्वास ठेवणार नाही. विचार करून तिचे डोके जड झाले. आता तर झोपायची सुद्धा तिला भीती वाटू लागली.

आज आदित्यच्या वाढदिवसाची पार्टी होती. काही जवळचे नातेवाईक, मित्र हॉलमध्ये जमले होते. हलक्या गुलाबी रंगाची सोनेरी बॉर्डर असलेली सिल्कची साडी आणि त्यावर नाजूकसा डायमंड सेट घालून अवनी पायऱ्या उतरून हॉलमध्ये आली. तिचे लक्ष हॉलच्या एका बाजुला गेले. तिथे कोपर्‍यात एका खुर्चीवर आकाश बसला होता. तिला वाटले, "हा इथं का आला असावा ? आपल्या दोघांबद्दल याने आदित्यला काही सांगितले नसेल ना ?" लगबगीने ती आकाश जिथे बसला होता तिथे गेली. पण जवळ जाऊन पाहते तर तिथं कोणीच नव्हतं. "कुठे गायब झाला हा ?" असा विचार करत असतानाच अवनीला आदित्यने हाक मारली.

आज खूप दिवसांनंतर अवनी माहेरी आली होती. अवनीच्या आईला तिला कुठे ठेवू अन् कुठे नको असे झाले होते. उत्साहाने त्या तिच्या आवडीचे पदार्थ करण्यात गुंतल्या. अवनीला भेटायला म्हणून तिची खास वर्गमैत्रिण स्नेहा आली होती. बोलता बोलता सहजच अवनीने तिला आकाशबद्दल विचारले. स्नेहा एकदम गप्प झाली.

"काय झालं स्नेहा ? बोलत का नाहीस ?"

"अवनी तुला आकाशबद्दल काहीच माहित नाही ?"

"नाही. . काय झालं ?"

"अगं. .तुझं लग्न झालं त्यानंतर महिनाभर तो डिप्रेशनमध्ये होता. त्याचभरात त्याने गळफास लावून आत्महत्या केली."

अवनी भीतीने आणि दुःखाने निःशब्द होऊन, डोळे फाडून स्नेहा कडे बघत राहिली.

तिच्या आई बाबांना कळत नव्हते की अवनीला काय झाले आहे ? कसले दुःख आहे ? धड खातपीत नाही. झोपेतही घाबरून, ओरडत उठते. त्यांनी तिला खूपदा विचारूनही तिचे जणू काही शब्दच हरवले होते. आठवडाभरात अवनी खंगल्यासारखी दिसायला लागली. तिच्या डोळ्याखाली काळी वर्तुळं आली.

एके रात्री आईजवळ झोपलेल्या अवनीला जाग आली. पुन्हा तीच चिरपरिचित हाक. ती उठून बसली. आई गाढ झोपेत होती. आणि. . .दरवाजा जवळ तिला आकाश उभा असलेला दिसला. भारावल्यासारखी ती त्याच्या दिशेने चालू लागली. चालत ती बिल्डिंगच्या गच्चीवर आली. कुठल्या तरी अनामिक ओढीने ती गच्चीच्या कठड्यावर चढली आणि तिने स्वतःला खाली झोकून दिले.

काय असेल हे ? अवनीच्या सुप्त मनातील अपराधी भावना ?? की आकाशच्या तिच्यावरच्या निरातिशय प्रेमातून निर्माण झालेली आसक्ती, जी त्याच्या मृत्युनंतर सुद्धा अस्तित्वात होती ???

3

ती कोण होती ???

समीर एक फॉरेस्ट ऑफिसर. नवपरिणीत वधू जान्हवीसह जंगलातील एकांतात असलेल्या एका बंगल्यात नुकताच राहायला आलेला.

स्थळ - समीर-जान्हवी चा बंगला.

वेळ - सकाळचे ७ वा.

समीर - झोप नाही लागली का रात्री? सारखी चुळबूळ करत होतीस.

जान्हवी - हो ना, सारखी जाग येत होती. कसली भयानक, चित्र-विचित्र स्वप्न पडत होती. एकदा घाबरून उठून बसले, तर समोर खुर्चीत तू बसलेला... बेडवर बाजूला बघितलं तर, तिथंही तूच... झोपला होतास शांतपणे. पुन्हा समोर बघितलं तर खुर्चीत कोणीच नाही.... मी खूप घाबरले रे.

समीर - अगं झोपेत भास झाला असेल. बरं मी आवरतो. तू चहा नाश्ता तयार ठेव. जंगलातील आतल्या भागात स्थानिक आदिवासींनी वृक्षतोड सुरू केली आहे, असा आत्ताच मला मेसेज आला. दिवसभर तिथं काय चाललंय ते बघावं लागणार.

जान्हवी - अरे बापरे म्हणजे दिवसभर मी एकटीच असणार एवढ्या मोठ्या बंगल्यात ? मला भीती वाटते रे..

समीर (हसून) - एवढी का घाबरतेस ? मी लवकरात लवकर येण्याचा प्रयत्न

करेन. बरं ऐक... आमच्या एका सिक्युरिटी गार्डची बायको तुला मदत करण्यासाठी दुपारनंतर येईल. तिच्याकडून सगळं घर लावून घे आणि धुणीभांडी, साफसफाई करण्यासाठी तिला ठरवून घे.

जान्हवी - ओके... तू आवरून ये. मी पटकन नाष्ता बनवते. नाहीतर तुला उशीर होईल

(समीर आवरून, नाश्ता करून त्याच्या कामाला निघून गेला.)

वेळ - संध्याकाळी ६ .३०

(दाराची बेल वाजली. जान्हवीने दार उघडले. दारात काळी-सावळी, मध्यमवयीन, ठसठशीत कुंकू लावलेली एक स्त्री उभी होती.)

ती स्त्री - ताई मी रखमा, तुम्हाला कामवाली हवी आहे ना ? त्यासाठी मला पाठवलं आहे.

जान्हवी - ये रखमा... बरं झालं तू आलीस..

रखमा - सांगा ताई, काय काय कामं करायची आहेत?

जान्हवी - हे पॅक केलेलं सगळं सामान आधी आपण दोघी मिळून जागेवर लावू या... तू कुठे राहतेस रखमा?

रखमा - मी इथेच राहते ताई...वर्षानुवर्षांपासून...

(जान्हवी खुर्चीवर बसून रखमाला सामान कुठे लावायचं, ते सांगत होती. रखमाने सगळं सामान भराभर जागेवर लावलं. तेवढ्यात बेल वाजली. जान्हवीने दार उघडले. समीर एका काळ्यासावळ्या आदिवासी स्त्रीला घेऊन आत आला.)

समीर - जान्हवी, ही रखमा, तुला आजपासून घर कामात मदत करेल. लवकरच येणार होती. पण रस्ता विसरली. तिला घर लवकर सापडले नाही. मी कामावरून येत असतांना मला रस्त्यात भेटली. मग मी तिला घेऊन आलो.

जान्हवी - रखमा??? ती तर मगाशीच आली. स्वयंपाक घरात सामान लावते आहे. बरचसं सामान लावलं सुद्धा तिने.

(तिघंही स्वयंपाकघरात आले. तिथे कोणीही नव्हतं. सगळं सामान जसंच्या तसं जमिनीवर पडलं होतं. मग ती कोण होती?????

(दुसऱ्याच दिवशी समीर आणि जान्हवी ते घर सोडून दुसरीकडे राहायला गेले.)
   समीर आणि जान्हवी ने घर बदलले. जंगल जिथे संपते तिथे गावाच्या वेशीजवळ एक छोटे घर त्यांनी भाड्याने घेतले. नवे घर, आधी राहत असलेल्या बंगल्याच्या जवळजवळ तीन किलोमीटर दूर होते.

नवीन घरी राहायला आल्यावर जान्हवीला पडणारी विचित्र स्वप्नं आणि होणारे भास कमी होतील, असं समीरला वाटलं पण त्याचा अंदाज खोटा ठरला. दोन दिवस गेले असतील, एका संध्याकाळी जान्हवी चे पोट खूप दुखू लागले. रात्रभर पोटदुखी मुळे जान्हवी तळमळत होती. दुसऱ्या दिवशी समीर तिला घेऊन शहरातल्या हॉस्पिटलमध्ये गेला. तिथे तिच्या सर्व तपासण्या झाल्या. सोनोग्राफी देखील झाली. पण तिच्या पोटदुखीचे कारण कळले नाही. जशी पोटदुखी सुरु झाली, अचानक तशीच थांबली.

त्यानंतर दोन दिवस गेले. तिसऱ्या दिवशी संध्याकाळी साडेसहाला समीर कामावरून परत आल्यावर पाहतो तर काय?? घराचे दार सताड उघडे होते. जान्हवी घरात कुठेही दिसत नव्हती. त्याने तिला घरात सगळीकडे शोधले.

त्यांच्या घरी काम करणाऱ्या, आऊट हाऊस मध्ये राहणाऱ्या शालूला त्याने हाक मारून बोलावले,

"शालू! बाई साहेब कुठे गेल्या आहेत? तुला काही बोलल्या का बाहेर जाते म्हणून?"

"साहेब, मी संध्याकाळचं काम आटपत होते, तेव्हा कुठेतरी बाहेर जायला निघाल्या, मी विचारलं, तेव्हा बोलल्या काहीच नाही, पण माझ्याकडे खूप रागाने पाहिलं. त्यांची तब्येत ठीक नाही असं वाटलं. जंगलाच्या बाजूला गेल्या आहेत."

जंगलाच्या बाजूला गेली, हे ऐकल्यावर समीरच्या पायाखालची जमीन सरकली. त्याने आपल्या दोन-तीन सहकाऱ्यांना बोलवून घेतलं आणि जीपने जंगलात जाऊन जान्हवीला शोधायचं ठरवलं. खूप शोध घेऊनही जान्हवी कुठेही सापडली नाही. रात्रीचे बारा वाजत आले होते.

"साहेब! आपण तुम्ही आधी राहत होते, त्या बंगल्यात जाऊन बघू या, बाईसाहेब कदाचित तिथं सापडतील." त्याचा सहकारी म्हणाला. ड्रायव्हरने त्या बंगल्याच्या दिशेने जीप वळवली.

बंगल्याच्या बाहेर त्यांनी जीप थांबवली. सगळीकडे निरव शांतता होती. अमावस्या बहुतेक दोन-तीन दिवसांवर आली होती. सभोवताली दाट झाडी. त्यातून रातकिडय़ांचा आवाज. क्वचित कुठे तरी दूर जंगली श्वापदाची डरकाळी ऐकू येत होती. तिघे जीपमधून खाली उतरले. बंगल्याचे लोखंडी गेट उघडताना होणारा आवाज अंधार चिरत गेला. प्रवेशद्वार उघडे दिसत होते. तिघंही आत आले.

"जान्हवी... जान्हवी" समीर हाका मारत होता. हॉलच्या अंधाऱ्या कोपऱ्यातून विकट हसण्याचा आवाज घुमला. सगळ्यांच्या नजरा त्या बाजूला वळल्या. जान्हवी गुडघ्यात डोकं खुपसून बसली होती. त्यांची चाहूल लागताच तिने डोकं वर केलं आणि तिघांच्या हृदयाचा ठोका चुकला. तिच्या चेहऱ्यावर क्रुर हास्य विलसत होतं आणि एखाद्या जंगली श्वापदाप्रमाणे ती गुरगुरत होती.

हळूहळू ती उठून उभी राहिली. समीर तिच्याजवळ गेला. "जान्हवी? इथे काय करतेस तू? किती शोधले तुला...चल घरी..." असे म्हणून त्याने तिचा हात धरला. क्षणार्धात तिने समीरला धक्का मारून खाली पाडले. कसाबसा विव्हळत समीर उठून उभा राहिला. त्याच्या बरोबर आलेल्या सहका-याने स्वतः च्या गळ्यातले ओम असे लिहिलेले लॉकेट काढून जान्हवी समोर धरले. जान्हवी खूप वेदना व्हाव्यात तशी ओरडायला लागली, विव्हळायला लागली. तशाच परिस्थितीत तिघांनी मिळून तिला बाहेर आणले. जीपमध्ये बसवले आणि जीप घराकडे निघाली.

समीरला कळत नव्हतं की साधीसुधी जान्हवी अशी विचित्र का वागते आहे.

त्याच्याबरोबर आलेला सोपान नावाचा सहकारी त्याला म्हणाला, "साहेब, हे काहीतरी बाहेरचं दिसतेय. तुम्ही बाईसाहेबांना ओंकार दादांना दाखवा तेच यावर काहीतरी मार्ग काढतील."

अतिश्रमाने जान्हवीला जीपमध्येच झोप लागली. जीप त्यांच्या घरासमोर थांबताच समीरने तिला उचलून घरात आणून बेडवर झोपवले.

दुसऱ्या दिवशी जान्हवीला सणसणून ताप भरला. तापाच्या ग्लानीत ती बडबडत होती. "खू..प...हा...ल केले त्यांनी माझे.." नेमकं काय म्हणतेय? समीरला समजत नव्हते. तिच्यासाठी त्याने आठवडाभराची रजा घेतली. काहीही झाले तरी, जान्हवीला काय त्रास आहे? हे शोधून काढायचं आणि यातून तिला सहीसलामत बाहेर काढायचं त्याने ठरवलं.

काल रात्रीच्या प्रसंगामुळे समीर चक्रावून गेला होता. त्याला जान्हवीची काळजी वाटत होती. दिवसभर जान्हवी तापाच्या ग्लानीत होती. थोड्या वेळापूर्वीच डॉक्टर येऊन तिला ताप उतरण्यासाठी चे इंजेक्शन देऊन गेले होते, त्यामुळे ती शांत झोपली होती. दुपारी समीरने तिला बळेबळेच वरण भात खायला लावला होता. त्याव्यतिरिक्त तिच्या पोटात काहीही नव्हते. समीरने ऑफिसमध्ये आठवडाभराच्या सुट्टी साठी अर्ज पाठवून दिला होता.

संध्याकाळचे सहा वाजले होते. समीर घरासमोरील व्हरांड्यात बसून विचार करत होता. भुतंखेतं, बाहेरची बाधा यावर त्याचा विश्वास नव्हता. त्यामुळे त्याचा सहकारी, सोपान काल रात्री जे बोलला, त्यावर त्याने फारसे लक्ष दिले नव्हते.

तीन महिन्यांपूर्वीच जान्हवीशी त्याचे ठरवून लग्न झाल्याने आणि लग्नापूर्वी त्यांच्या क्वचितच भेटीगाठी झाल्याने जान्हवी बद्दल त्याला फार काही माहिती नव्हती. त्यामुळे जान्हवीला कुठला तरी मानसिक आजार असावा, असे त्याला वाटत होते. त्याबद्दल माहिती घेण्यासाठी त्याने जान्हवीच्या वडिलांना फोन लावला,

"नमस्कार बाबा! कसे आहात?"
"नमस्कार जावईबापू !आम्ही ठीक.. तुम्ही दोघं कसे आहात ? आज कसा काय फोन केलात ?"

जान्हवीच्या आई-वडिलांना तिची काळजी वाटू नाही, म्हणून त्याने सौम्य शब्दांत, याठिकाणी आल्या दिवसापासून काल रात्री पर्यंतच्या जान्हवी सोबतच्या घटना त्यांना सांगितल्या. जान्हवीला लग्ना अगोदर असे काही झाले होते काय ? हे देखील विचारले.

समीरचे बोलणे ऐकून जान्हवीचे बाबा काळजीत पडले. "नाही समीर, याआधी कधीही जान्हवी असं वागली नाही. उलट ती खूपच आनंदी आणि खेळकर मुलगी आहे."
थोडा विचार करून ते पुढे बोलले,
"मी असं करतो, मला तर कामामुळे येता येणार नाही. पण जान्हवीच्या आईला थोडे दिवस तुमच्याकडे पाठवतो."
" हो चालेल...आई आल्या तर फार बरं होईल..."
असे बोलून त्याने फोन ठेवला. जान्हवीची आई येणार म्हणून समीरला थोडा धीर आला.

"साहेब, बाई साहेबांसाठी खिचडी बनवून ठेवली आहे. माझं काम झालंय. मी जाऊ का?"
शालू विचारत होती. त्याने तिला जायला सांगितलं.

रात्रीच्या जेवणाची वेळ झाल्यावर तो उठला. किचन मध्ये जाऊन त्याने जान्हवी साठी ताट वाढून घेतले आणि ती झोपली होती त्या खोलीत आला. जान्हवीला उठवून बसवत तिला खिचडी भरवली. कसेतरी चार-सहा घास खाऊन ती पुन्हा झोपली. स्वतः जेवून, आवरून समीर बेडरूममध्ये येऊन खुर्चीत वाचत बसला.

वाचता वाचता कधीतरी त्याचा डोळा लागला. कसल्यातरी आवाजाने त्याला जाग आली. बेडरुमच्या उघड्या खिडकीतून एक काळे मांजर उडी मारुन आत आले होते आणि समीरकडे पाहून गुरगुरत होते. समीरने त्या मांजराला हाकलून लावण्याचा प्रयत्न केला. ते जान्हवीच्या पलंगाखाली जाऊन बसले. त्याला हुसकावून लावण्यासाठी कोपऱ्यात ठेवलेली कपडे वाळत घालण्याची काठी घेऊन तो पलंगाखाली वाकून पाहू लागला. पण आता तिथे मांजर नव्हते. 'पळाले बहुतेक..' असा विचार करून त्याने लाईट घालवला आणि तो जान्हवी शेजारी येऊन झोपला.

रात्री दोन-अडीचचा सुमार असावा. कोणीतरी समीरला पलंगावरून पाय धरून

जोरात खाली खेचलं. झोपेत असल्याने तो घाबरून जोरात ओरडला. जमिनीवर पडताच त्याने वर पाहिलं. त्याच्या पायाशी जान्हवी उभी होती. तिचा अवतार भयानक होता. केस पिंजारलेले, डोळे तारवटलेले, तिच्या तोंडातून लाळ गळत होती. समीर कसाबसा उठून उभा राहिला आणि जान्हवीकडे पाहत मागे सरकला. त्यासरशी ती एखाद्या हिंस्त्र पशूसारखी आरोळी ठोकत त्याच्या दिशेने झेपावली. क्षणाचाही विलंब न करता तिने सहा फूट उंचीच्या समीरचा गळा धरून त्याला वर उचलले आणि खोलीच्या कोपऱ्यात भिरकावले.

समीर हेलपाटत भिंतीचा आधार घेत जमिनीवर पडला. भयचकित नजरेने तो जान्हवीकडे पहात होता. पण आता तिचा आवेश ओसरला होता. ती भेसूर आवाजात उरी फुटून रडत होती. समीर उठला तिच्या जवळ गेला. रडता रडता तिची शुद्ध हरपली. समीरने तिला उचलून बेड वर ठेवले. तिच्या अंगावर चादर घातली आणि खोलीचा दरवाजा ओढून घेत तो बाहेर व्हरांड्यात आला. त्याची झोप पूर्ण उडाली होती. त्याचे लक्ष समोर अंगणात गेले. अंधुक प्रकाशात त्याला मगाशी घरात शिरलेले काळे मांजर जंगलाच्या दिशेने जाताना दिसले.

सकाळचे आठ वाजले. रात्रीच्या प्रसंगानंतर बराच वेळ विचार करत समीर व्हरांड्यातल्या खुर्चीत बसला होता. तिथेच समीरचा थोडा वेळ डोळा लागला होता. अर्धवट झोप झाल्याने त्याचे डोके दुखत होते. मार लागल्याने अंगही ठणकत होते.

समीर उठला. आवरून चहा आणि टोस्ट बनवून तो जान्हवीच्या खोलीत आला.
"जान्हवी !"
"हं..."
"थोडं बरं वाटतंय का आता ?"
"हं...थकल्यासारखं वाटतंय..."
"उठतेस का ? आवरून घे. चहा घे, जरा तरतरी येईल."
"हो...उठते.."
सावकाश उठत जान्हवी बाथरूममध्ये शिरली.
काल रात्रीच्या प्रसंगाचा तिच्या चेहऱ्यावर मागमूसही नव्हता.

समीरने ड्रायव्हरला बरोबर घेऊन, जीपने शहरातील मल्टीस्पेशालिटी हॉस्पिटलमध्ये जान्हवीला नेण्याचे ठरवले होते. जान्हवी आवरून आली. समीर

ने केलेला चहा आणि टोस्ट तिने घेतले. आज ती जरा बरी असल्यासारखी वाटत होती.

"चल तयार हो..आपल्याला शहरात जायचं आहे.. तुला डॉक्टरला दाखवू या. शहरात फिरू, तुला काही शॉपिंग करायची असेल तर तिथल्या मार्केटलाही जाऊ."
"नाही, मला काही शॉपिंग करायची नाहीये. आणि डॉक्टरकडे कशाला? माझा ताप उतरला आहे ना आता?"
"तरी एकदा तुझे चेकअप करून घेऊ.. ठीक आहे ना?"
"ओके.. ठीक आहे पण तू ना उगाच काळजी करतोस माझी..."
जान्हवी क्षीणसे हसून म्हणाली.

तिच्याकडे पाहताना समीरला भरून आले. तो स्वतःच्या मनाशीच बोलला,
'इतकी नाजूक, सुंदर माझी जान्हवी, काय झालं असेल तिला? काल रात्री एवढी हिस्टेरीक कशाने झाली असेल?'

जीपमधून हॉस्पिटलला जाताना जान्हवी नेहमीप्रमाणे हसत, बोलत होती. हॉस्पिटलमध्ये आधी फिजिशियनने तिचे बीपी, पल्सरेट, रँडम शुगर वगैरे चेक केले. सर्व काही नॉर्मल होते. तिचे सिटीस्कॅन, एमआरआय, सोनोग्राफी चे रिपोर्टस् देखील नॉर्मल होते. जान्हवीला बाहेर थांबवून, तेथील मानसोपचारतज्ञांना भेटून समीरने तिच्या बाबतीत घडलेल्या सर्व घटना सांगितल्या. मानसोपचारतज्ज्ञांनी जान्हवी सोबत तासभर बोलून, तिचे मनोव्यापार जाणून घेतले. मग त्यांनी समीरला त्यांच्या केबिनमध्ये बोलावून म्हटले,

"Mr. Sameer, your wife is perfectly alright. सिझोफ्रेनिया किंवा हिस्टेरिया चे कुठलेही साईन्स त्यांच्यात दिसत नाहीयेत. तरी मी टॅबलेट्स लिहून देतो. पंधरा दिवसांनी पुन्हा त्यांना घेऊन या."

निश्चिंत होऊन समीर आणि जान्हवी घरी परतले. समीरपुढे मात्र प्रश्न होता, की जान्हवीच्या बाबतीत घडणाऱ्या घटनांचे कारण काय??? जान्हवी मात्र उद्या तीची आई येणार म्हणून खूष होती. बिचारीला तिच्या पुढ्यात काय वाढून ठेवलंय, याचा अंदाज नव्हता.

हिवाळा असल्याने दिवस लवकर मावळला. सूर्यास्तानंतरच्या संध्याछाया आपले साम्राज्य पसरवू लागल्या. हॉलमध्ये जान्हवी सोबत बोलत असलेल्या समीरचे लक्ष अचानक भिंतीवरील कॅलेंडर कडे गेले. आज नेमकी अमावस्या होती. त्याने जवळ जाऊन पाहिले, रात्री अकरा वाजता अमावस्या लागून उद्या रात्री नऊ वाजता संपणार होती.

माणसाचे मन मोठे विचित्र असते, जरी समीरचा भूत-प्रेत, झपाटलं जाणं या गोष्टींवर विश्वास नव्हता, तरी आज अमावस्या आहे हे कळल्यावर त्याचे मन कुठल्यातरी अनामिक भीतीने भरून गेले.

शालू संध्याकाळचा स्वयंपाक करून निघून गेली होती. त्याने किचनमधल्या छोट्या देव्हाऱ्यात दिवा लावला. जान्हवीने डायनिंग टेबलवर दोघांसाठी ताटं मांडली. दोघांनी जेवून घेतलं. जान्हवी आज दोन-तीन दिवसांनी व्यवस्थित जेवल्याचं पाहून समीरला समाधान वाटलं. आजचा पूर्ण दिवस गडबडीत गेल्याने, दोघेही लवकरच झोपायला गेले.

रात्री साधारण एक-दीड वाजता बेडरूमची खिडकी आपटल्याचा जोराचा आवाज झाला, पाठोपाठ जान्हवीच्या कण्हण्याचा आवाज. समीरची झोप चाळवली. तो उठून बसला. जान्हवी बेडवर पोट धरून बसली होती.
"काय झालं जान्हवी?"
"खूप पोट दुखतंय रे..."
"पोटदुखी वरची गोळी देऊ का?"

त्याचं वाक्य पूर्ण व्हायच्या आतच जान्हवी उठून पळत बाथरूममध्ये गेली. तिला भडभडून उलटी झाली. समीरने किचन मध्ये जाऊन तिच्यासाठी लवंग शोधून आणली.
पाच दहा मिनिटात ती बाहेर आली.
"काय खाण्यात आलं काही कळत नाही रे..."

बेड जवळच्या टेबलवरच्या बाटलीतून पाणी ओतून समीरने ग्लास जान्हवी पुढे धरला.
"घे...पाणी पी... लवंग दाताखाली धर...म्हणजे बरं वाटेल."

पाणी पिऊन जान्हवीने तोंडात लवंग धरली. पाच दहा मिनिटांत परत उलटी आल्याने ती बाथरूममध्ये गेली. असं चार पाच वेळेस झाल्याने जान्हवी पूरती थकून गेली. बाथरूम मध्येच मटकन ती खाली बसली. समीरने उठवून, आधार देत तिला बेडवर झोपवले. तिच्या पोटात दोन घोट पाणी देखील राहत नव्हते.

थोडा वेळ असाच गेला. अचानक जान्हवी झोपली होती त्या बेडवरून ती अडीच तीन फूट वर उचलली गेली. घाबरून ती जोरात किंचाळली. समीर जागाच होता. हा प्रकार पाहून तो चक्रावला. जशी ती उचलली गेली तशीच परत बेडवर आदळली. घाबरल्याने ती जोर-जोरात रडत, ओरडत होती. समीरने उठून तिला थोपवण्यासाठी तिचे दंड धरले. पण.... त्या आसुरी शक्तीपुढे त्याची शक्ती कमी पडली. जान्हवी परत वर उचलली गेली आणि बेडवर आदळली. यावेळेस समीरला कोणीतरी जोराचा धक्का दिल्याने तो मागे फेकला जाऊन बेडवरून खाली पडला आणि...कोपऱ्यातील लाकडी आराम खुर्ची उचलली जाऊन समीरच्या दिशेने फेकली गेली. प्रसंगावधान राखून समीर पटकन उठून बाजूला झाला. खोलीतले सामान अस्ताव्यस्तपणे एका जागेवरून दुसऱ्या जागी जोरजोरात फेकले जात होते. घडणाऱ्या प्रकाराने समीर चक्रावून गेला होता.

त्याला अचानक काय वाटले कुणास ठाऊक? पण त्याने स्वतःला सावरून, मोठ्या आवाजात हनुमान स्तोत्र (भीमरूपी) म्हणण्यास सुरुवात केली.

भीमरूपी महारुद्रा वज्र हनुमान मारुते ।
वनारी अंजनी सूता रामदूता प्रभंजना ।।
...

दोन-तीन मिनिटांतच सर्व काही शांत झालं. तो तसाच हनुमानाचा जप करत जान्हवीच्या उशाशी रात्रभर बसून राहिला.

जान्हवी शांत झोपली होती. पहाटेच्या सुमारास समीरला ही झोप लागली. डोअरबेलच्या आवाजाने दोघांचीही झोप उघडली. समीरने उठून दार उघडले. दारात जान्हवीची आई सीमाताई आणि त्यांच्या मागे त्यांचं सामान घेऊन ड्रायव्हर उभा होता. जान्हवीला एकटीला सोडून जाणे शक्य नसल्याने समीरने ड्रायव्हरला स्टेशनवर जाऊन त्यांना घेऊन येण्यास काल संध्याकाळीच सांगितले

होते. तसा सीमाताईंना फोन करून त्याच्या जीपचा नंबरही कळवला होता.
"या आई...." समीरने त्यांचे स्वागत केले.
"जान्हवी कुठे आहे ?" त्यांनी काळजीत विचारले.

त्यांचा आवाज ऐकून जान्हवी उठून बेडरुमच्या दाराशी आली. सीमाताई लगबगीने तिच्या जवळ गेल्या. तिला पाहून त्यांचे डोळे पाणावले.
"काय दशा झालीय गं तुझी..."
तिच्याशी बोलत असताना त्यांचे लक्ष अस्ताव्यस्त झालेल्या बेडरूमकडे गेले. त्यांनी समीरकडे प्रश्नार्थक दृष्टीने पाहिले.
त्यांची नजर चुकवत समीर म्हणाला,
"जान्हवी तू आवरून घे... तोपर्यंत मी शालूला आपला चहा-नाश्ता बनवायला सांगतो."
नंतर सीमाताईंकडे वळून म्हणाला,
"आई तुमचं सामान पलीकडच्या खोलीत ठेवलं आहे. तुम्हीपण फ्रेश व्हा."

शालूला जरुरी त्या सूचना देऊन, समीर सीमाताईंना घेऊन त्यांचे सामान ठेवले होते त्या खोलीत आला.
"नेमकं काय झालंय जान्हवीला मला कळेल का?"
सीमाताईंनी काकुळतीने विचारले. समीरने त्यांना थोडक्यात इथे आल्यापासून काल रात्री पर्यंतच्या घटना सांगितल्या. ते सर्व ऐकून सीमाताईंच्या डोळ्यात काळजीचे ढग दाटले. मोठ्या प्रयासाने आपले अश्रू आवरत त्या म्हणाल्या,
"समीर ! नक्कीच हे काहीतरी बाहेरचं आहे. आपल्याला कोणा जाणत्याला बोलावून यावर काहीतरी उपाय केला पाहिजे."

त्यावर समीर विचारात पडला. घडणाऱ्या घटनांबद्दल कुठलीही तर्कसंगती लागत नव्हती. काल रात्रीच्या प्रसंगानंतर तर, यामागे कुठलीतरी अदृष्य शक्ती आहे, याची त्याला खात्री पटली होती.

त्याने त्याचा सहकारी सोपानला फोन लावला.
"सोपान ! तू त्या दिवशी कोणा ओंकार दादांना बोलवायचं म्हणत होतास ना...ते आज येऊ शकतील का?"
"हो साहेब....मी त्यांना फोन करून विचारतो आणि परत तुम्हाला फोन करून काय

ते कळवतो."

थोड्यावेळाने सोपान चा फोन आला आणि ओंकार दादांना आज दुपारी दोन वाजता तो घेऊन येत आहे, असे त्याने सांगितले.

ओंकार दादा येण्याआधी जान्हवी आणि सीमाताईंना समीरने त्यांच्याबद्दल सांगितलं. सीमाताईंनी जान्हवीला होणाऱ्या त्रासाबद्दल, तिच्याशी बोलण्याचा प्रयत्न केला, तेव्हा त्यांच्या लक्षात आलं, की कालचा प्रसंग सोडला तर तिला आधी घडलेला कुठलाही प्रसंग आठवत नव्हता.

ठरल्याप्रमाणे दुपारी दोन वाजता सोपान, ओंकार दादांना सोबत घेऊन आला. पांढरा झब्बा-पायजमा घातलेले, कपाळावर कुंकवाचा उभा टिळा लावलेले, मध्यमवयीन ओंकार दादा प्रथमदर्शनीच अत्यंत तेजस्वी आणि सात्विक भासत होते. त्यांना समीरने बारकाव्यांसह सगळा घटनाक्रम कथन केला.

सगळं शांतपणे ऐकून ओंकार दादांनी पूर्वाभिमुख बसून एकाग्रचित्ताने ध्यान लावलं. दहा मिनिटे ते समाधी अवस्थेत होते. त्यातून बाहेर आल्यावर ते समीरला म्हणाले,

"या वास्तूत मूलतः कुठल्याही वाईट शक्तीचा वास नाही, पण जे काही आहे त्याने तुमच्या पत्नीच्या शरीराचा ताबा घेतला आहे हे नक्की. ते मुळात कुठून आले आहे? हे जाणून घेतल्याशिवाय त्याचा बंदोबस्त करता येणार नाही. माझ्या अंदाजाप्रमाणे तुम्ही आधी रहात असलेल्या बंगल्यातच त्याची मुळं आहेत. आपल्याला सूर्यास्ताआधी, अमावस्या संपायच्या आत तिथे जावं लागणार आहे."

सीमाताई, जान्हवी, समीर, सोपान आणि ओंकार दादा जीपमध्ये बसून जंगलातील त्या जुन्या बंगल्याकडे जाण्यास निघाले.

जंगलातील त्या निर्मनुष्य बंगल्या समोर येऊन जीप थांबली. दुपारचे चार वाजले होते. सगळीकडे निरव शांतता होती. एक प्रकारची नकारात्मकता वातावरणात भरून उरली होती. आसपास एवढं जंगल असून देखील बंगल्याच्या आसपास कुठेही पक्ष्यांची किलबिल ऐकायला येत नव्हती. बंगला सोडून काही दिवस झाले होते, तरीही चाव्या समीर जवळच होत्या.

सोपानला जान्हवी आणि सीमाताईं बरोबर जीप मध्येच बसायला सांगून, ओंकार दादांनी समीरला बरोबर घेऊन बंगल्यात प्रवेश केला. सगळा बंगला फिरून बारकाईने तपासला. एका मोठ्या खोलीजवळ येऊन ते थांबले. त्यांनी दोन मिनिटे डोळे मिटले. हृदय पिळवटून टाकणारा रडण्याचा आवाज त्या खोलीतून येत असलेला त्यांच्या कानांनी टीपला. आश्चर्य म्हणजे समीरला कुठलाही असा आवाज ऐकायला येत नव्हता. त्यांनी डोळे उघडले तेव्हा त्यांच्या डोळ्यात अश्रू आणि चेहऱ्यावर वेदना होती. समीरने प्रश्नार्थक मुद्रेने त्यांच्याकडे पाहिले.

"इथे या खोलीतच कोणा स्त्रीवर भूतकाळात अनन्वित अत्याचार झाले आहेत. तिला मरणप्राय वेदना देऊन, तिची हत्या करून, तिचे कलेवर या ठिकाणी कुठेतरी टाकून देण्यात आले आहे. सूडाच्या भावनेने पेटलेला अत्याचारित स्त्रीचा आत्मा या घरातच आहे. तुम्ही दोन-तीन दिवस या घरात राहिल्याने तुमच्या पत्नीला त्याने झपाटले आहे."
ओंकार दादा जे काही सांगत होते, ते समीरच्या कल्पनेपलीकडचे होते.
"काहीतरी करा दादा... पण जान्हवीला यातून लवकरात लवकर सोडवा."
"तुम्ही काळजी करू नका. मी सांगेन तेव्हा तुमच्या पत्नीला आणि बाकी दोघांना आत घेऊन या. तोवर मी माझे काम सुरू करतो."

समीर आणि ओंकार दादा बंगल्याच्या आवारात गेले. ओंकार दादा तेथील जमिनीचे बारकाईने निरीक्षण करू लागले. दहा-पंधरा मिनिटे बंगल्याचे आवार बारकाईने पाहिल्यानंतर ते बंगल्याच्या मागील बाजूस एका जागी थांबले. जवळच पडलेल्या एका वाळलेल्या झाडाच्या फांदी ने त्या जागी त्यांनी एक माणूस भर लांबीचा आणि दीड फूट जाडीचा चौकोन आखला. त्याच्या बाजूलाच दोन लोकांना बसण्याची जागा समीरने आणि त्यांनी मिळून साफ केली. "आता तुम्ही, तुमच्या पत्नीला आणि त्यांच्या आईला घेऊन या आणि सोपानला लवकरात लवकर कुदळ, पेट्रोल आणि आगपेटी घेऊन यायला सांगा."

"इथल्या कोठीघरात मी कुदळ पाहिली होती. माझ्याजवळ सिगारेट लायटर आहे, तो चालेल का?"
"हो चालेल... आपल्याला लवकर हालचाल करावी लागणार आहे. वेळ फार कमी आहे."

समीरने बंगल्याच्या कोठीघरातून कुदळ आणली. बाहेर जाऊन सोपानलाजीप च्या मागच्या सीट खाली ठेवलेली पेट्रोलची कॅन आणायला सांगितले आणि जान्हवीला तिच्या आईसोबत ओंकार दादा जिथे होते, तिथे घेऊन आला.

ओंकार दादांच्या अपेक्षेप्रमाणे त्याठिकाणी आल्याबरोबर जान्हवी हात पाय झाडू लागली. त्यांनी आपल्या खिशातून अभिमंत्रित केलेले कुंकू काढून, जान्हवी भोवति त्याचे रिंगण केले. आता ती अतृप्त आत्मा जान्हवीच्या शरीरासोबत रिंगणात कैद झाली. अशा अतृप्त आत्म्यांना कसे हाताळावे, ते ओंकार दादांना चांगलेच माहीत होते. जान्हवी जोरजोरात, भेसूर आवाजात रडू लागली.

"खाली बस..." शांतपणे हुकूमी आवाजात ओंकार दादांनी तिला आज्ञा केली. जान्हवी रींगणात खाली बसली.
"कोण आहेस तू?" त्यांनी विचारले.
"मला सोडा.. मला जाऊ द्या..." जान्हवीचा आवाज पूर्ण बदलला होता.
"तू कोण आहेस? जान्हवीला का धरलंय??"
"मी.... मी....दुर्गा...."
"दुर्गा?? कोण दुर्गा?"
"धा वर्सा मागे माझा बा या बंगल्याचा रखवालदार व्हता. त्याच्या संग मी हितंच राहायची."
"काय झालं होतं तुझ्या सोबत??" जान्हवीच्या शरीरात असलेली दुर्गा ओक्साबोक्शी रडू लागली. रडता रडता बोलू लागली.

"एक रोज या बंगल्याच्या मालकाचा पोरगा, त्याच्या चार दोस्तांना घिऊन आला. त्या हैवानांची नजर माझ्यावर पडली. माझ्या बा ला त्यांनी मटण आणायच्या बहान्याने बाजारात धाडलं..... आणि... आणि.... माझी अब्रू लुटली.... माझ्या शरीराच्या चिंध्या चिंध्या केल्या... त्यातच माझा जीव गेला... मी मेली हे समजल्यावर त्या हैवानांनी मला या हिथं गाडलं.... माझा बा परत आल्यावर त्याने मला लय शोधलं... पण मी त्याला कुठून गावनार व्हते???अखेरला हाय खाऊन तो बी मेला."
तिची कहाणी तिथे असलेल्या प्रत्येकाचे हृदय हेलावून, थरकाप उडवून देत होती.

"दुर्गा !!! तुझ्या सोबत खूपच वाईट घडलंय. तुझ्या अपराध्यांना परमेश्वर माफ करणार नाही. त्यांना त्यांच्या पापाची फळे भोगावी लागतील. पण तू या सूडाच्या आगीत जळून, दुसऱ्यांना जाळून काय साधशील?? तू जान्हवीचे शरीर सोडून दे. मी तुझ्या आत्म्याच्या मुक्तीसाठी प्रयत्न करतो. तुझ्या इच्छेशिवाय तुला मुक्ती मिळू शकणार नाही."

ओंकार दादांनी सोपानला आखून ठेवलेल्या जागी कुदळीने खणायला सांगितले. तीन-चार फूट खणल्यावर तिथे एका तरुण स्त्रीच्या शरीराचा सांगाडा मिळाला. समीरला त्यांनी खूण केली. समीरने त्या सांगाड्यावर पेट्रोल ओतून, लाईटरने अग्नी दिला.

शरीराला एक झटका बसून जान्हवी झोपेतून जागी झाल्यासारखी उठून, रिंगणाच्या बाहेर निघून, तिच्या आईजवळ जाऊन उभी राहिली.

आज ओंकार दादांनी ती कोण होती ??? याचा रहस्य भेद करून, तिला कायमची मुक्ती मिळवून दिली होती.

एक सुटकेचा निश्वास सोडून, सर्वजण बंगल्याबाहेर पडले आणि जीपमध्ये बसून घराकडे निघाले.

सूर्यास्ताची वेळ झाली होती. पक्षी आपापल्या घरट्याकडे परतू लागले होते. आज.... पुन्हा एकदा त्या बंगल्याचा परिसर पक्षांच्या चिवचिवाटाने गजबजून गेला होता.

4

कालचक्र

त्या आडमार्गाच्या स्टेशनवर ट्रेन थांबली आणि नीरजाची तंद्री भंगली. विमनस्कपणे बॅग उचलत ती स्टेशनवर उतरली. तिला पाहताच लगबगीने पुढे आलेल्या हरिदासने तिच्या हातातली बॅग घेतली आणि तो चालू लागला. त्याच्या मागोमाग चालत नीरजा स्टेशनबाहेर पडली.

स्टेशनच्या बाहेर उभ्या असलेल्या कारची डिकी उघडून, तिची बॅग आत टाकून, हरिदासने तिच्यासाठी कारचे मागचे दार उघडले.
"घरी पोहोचायला किती वेळ लागेल?"
कारमधे बसत नीरजाने विचारले,
" दीड तास लागेल ताई !"
हरिदासने गाडी चालू करत म्हटले.

मान मागे टाकून, डोळे मिटून नीरजा विचारात हरवली. खूप मनधरणी करून देखील आई - बाबा, गौतम सोबत तिचे लग्न करून द्यायला तयार झाले नाहीत. काहीतरी क्षुल्लक कारणं देत राहिले. पण तिला माहीत होतं, गौतम आणि तिच्या लग्नाच्या मार्गात त्याची जात आडवी आली होती.

आई बाबांचा निर्णय जड अंतःकरणाने गौतमला सांगितल्यावर विदीर्ण झालेला त्याचा चेहरा आठवून नीरजाचे डोळे पुन्हा एकदा भरून आले. विसरु शकेन का मी गौतमला? ती विचार करू लागली. गेल्या काही दिवसांत ती ना धड जेवली होती ना शांत झोपली होती. सतत तिला गौतम बरोबर घालवलेले क्षण आठवत रहात.

तिच्या डोळ्यांचे पाणी खळत नव्हते. एक उदासीनता आयुष्यात भरून राहिली होती.

इंजिनिअरिंगच्या शेवटच्या वर्षाच्या परीक्षा संपल्या होत्या. दुसरे काही कामही नव्हते. म्हणून तिच्या बाबांनी तिला हवापालटासाठी खान्देशातील त्यांच्या गावी आठवडाभर जाऊन रहायचा सल्ला दिला होता. त्यांना वाटले होते गावातल्या वातावरणात, काका काकूंच्या लहान मुलांमध्ये रमल्याने, शेतावर फिरल्याने तिला कदाचित गौतमचा विसर पडेल.

ब्रेक लागून गाडी थांबली. नीरजाने डोळे उघडले. समोर त्यांचा गावातील वाडा दिसत होता. फार पूर्वी दोन-तीनदा आई बाबांबरोबर ती इथे आली होती. एकटी येण्याची ही पहिलीच वेळ होती. ती गाडीतून उतरली. आजी, काकू आणि तिचे दोन चुलत भाऊ दारात तिच्या स्वागतासाठी उभे होते. आत येण्याआधी आजीने तिच्यावरून भाकर तुकडा ओवाळून टाकला. काकूने मायेने तिला जवळ घेतले. तिचे दोन्ही लहान चुलत भाऊ शुभम आणि श्रावण तिच्या अवतीभोवती करू लागले.

पायऱ्या चढून ती दारातून आत आली. समोर मोठा चौक. उजव्या बाजूला बैठकीची खोली, स्वयंपाक घर, जेवणाची खोली. डाव्या बाजूला तीन लहान खोल्या आणि न्हाणीघर. समोरच वर जाणारा जिना. वर पाच मोठ्या खोल्या होत्या. जुन्या पद्धतीचं मजबूत बांधकाम असलेलं त्यांचं घर, तिला काहीसं गूढ भासत होतं.
"नीरू, सध्या तुझं सामान बाजूच्या खोलीत ठेवून आंघोळ करून घे. न्हाणीघरात शांताबाईने गरम पाणी काढून ठेवलं आहे. मग जेवण झाल्यावरच वरच्या खोलीत जाऊन आराम कर."
आजीच्या सांगण्यानुसार तिने बाजूच्या एका खोलीत सामान ठेवले. अंघोळ झाल्यावर आईने शुभम श्रावण साठी दिलेला खाऊ आणि भेटवस्तू तिने बागेतून बाहेर काढल्या आणि काकूजवळ दिल्या.

जेवण झाल्यावर काकूने शांताबाईला सांगून तिचे सामान वरच्या एका खोलीत ठेवले आणि तिला तिथे जाऊन आराम करण्यास सांगितले. समोरच्या जिन्याने नीरजा वर आली. जिना संपल्यावर एक मोठा पॅसेज होता. पॅसेजच्या उजव्या बाजूला तीन आणि डाव्या बाजूला दोन खोल्या होत्या. डाव्या बाजूच्या एका

खोलीत सामान ठेवून शांताबाई खाली निघून गेली. पॅसेजच्या समोरच्या मोठ्या खिडकीतून बाहेरची झाडं, हिरवळ आणि थोड्या दूरवर वाहणारी तापी नदी दिसत होती. पॅसेजमधून एक चक्कर टाकून ती सर्व खोल्यांचे निरीक्षण करत होती.

उजवीकडची एक खोली काका काकूंची, एक आजीची दिसत होती. एका खोलीत शुभम-श्रावण ची खेळणी पडलेली होती. डाव्या बाजूच्या दोन खोल्यांपैकी एका खोलीत तिची राहण्याची व्यवस्था केली होती. एक खोली मात्र खूप दिवसांपासून कुलूप लावून बंद केलेली दिसत होती. कुलुपाला दिसणार नाही अशा रीतीने एक लाल धागा बांधला होता. नीरजा एकटक त्या बंद खोलीकडे पाहात होती.
'त्या खोलीत काय असेल? ती खोली अशी कुलूप लाऊन बंद का ठेवली आहे??'
अशा प्रश्नांनी तिच्या मनात गर्दी केली. याबद्दल नंतर आजीला विचारायचं असं ठरवून ती तिच्या खोलीत गेली.

नीरजाची खोली प्रशस्त होती. मोठा शिसवीचा पलंग, त्याच्या बाजूला टेबल-खूर्ची आणि एक कपाट. खोलीला जोडून असलेले न्हाणीघर. पलंगाच्या पायथ्याशी मोठी खिडकी. त्यातून बाहेरची झाडं, नदी दिसत होती. गार वारा आत येत होता. नीरजाने पलंगावर अंग टाकले. प्रवासाच्या थकव्याने तिला लगेच झोप लागली.

जाग आली तेव्हा संध्याकाळ झाली होती. फ्रेश होवून ती खाली आली. आजी जवळ जाऊन बसली. काकूने तिच्या पुढ्यात चहा ठेवला.
"आजी. . .वरची कोपऱ्यातली खोली बंद का ठेवली आहेस गं?"
तिने आजीला विचारले. तिच्या प्रश्नाकडे दुर्लक्ष करत, विषय बदलत आजीने म्हंटले,
"तुला आवडतात तशा कोथिंबिरीच्या वड्या केल्या आहेत. आणखी काय करूया रात्रीच्या जेवणाला?" "काहीही चालेल गं. ."
नीरजा म्हणाली. एवढ्यात शुभम आणि श्रावण तिला कॅरम खेळायला बैठकीच्या खोलीत घेऊन गेले.

रात्री उशिरापर्यंत आजी, काका-काकूशी गप्पा मारून नीरजा झोपायला गेली. दुपारी झोप झाल्याने रात्री उशिरा केव्हातरी तिचा डोळा लागला. पण झोपेतही चित्र-विचित्र भास होत राहीले. पलीकडच्या बंद खोलीत कोणाचेतरी अस्तित्व जाणवत राहिले.

दुसऱ्या दिवशी आजी समोर नसताना तिने काकूजवळ त्या बंद खोलीचा विषय काढला. काकूने एक दोनदा तो विषय टाळला. नीरजाने जास्त जोर दिल्यावर तिने सांगितले,
"ती दमयंती वन्संची खोली आहे. त्या गेल्यापासून गेली तीस वर्षं ती खोली बंद आहे."
"आत्याची खोली ? पण अशी बंद का ठेवली आहे ?? आत्या नक्की कशाने गेली???" नीरजाचे प्रश्न संपत नव्हते.
"त्यांच्या प्रेमप्रकरणाला घरच्यांचा विरोध होता म्हणून त्यांनी जाळून घेऊन आत्महत्या केली असं म्हणतात." "काय ???"
नीरजाला धक्का बसला. बाबांच्या एकुलत्या लहान बहिणीचा, दमयंती आत्याचा, तीस वर्षांपूर्वीच मृत्यू झाला होता हे तिला माहीत होतं, पण ती आत्महत्या होती हे तिला आज कळले. आजी आल्याचं पाहून काकू चुपचाप आपल्या कामाला लागली.

आजी, काकू स्वयंपाक घरात शांताबाई सोबत दुपारच्या जेवणाची तयारी करत होत्या. शुभम, श्रावण चौकात खेळत होते. काका, हरिदास बरोबर काही कामासाठी तालुक्याच्या गावाला गेले होते.

नीरजा पायऱ्या चढून वर आली. त्या बंद खोलीजवळ जाऊन तिने खोलीला लावलेले कुलूप हातात धरून बारकाईने पाहिले. मग ते थोडा जोर लावून ओढले आणि काय आश्चर्य ! कुलूप चक्क उघडले. खूप वर्षांपासून लावून ठेवल्याने कदाचित ते जीर्ण झाले होते. कुलुपाला लावलेला लाल धागा तिने सोडवला. कुलूप पूर्णपणे काढून दार उघडण्यासाठी आत लोटले. दार घट्ट बसलेले होते. दोन तीन हलके धक्के मारल्यावर करकरत दार उघडले.

एक प्रकारचा कुबट गंध तिच्या नाकात शिरला. खोलीत मिट्ट काळोख होता. नीरजाने जीन्सच्या खिशातला मोबाईल काढून त्याचा टॉर्च सुरू केला. टॉर्चच्या अपुऱ्या प्रकाशात ती खोलीचे निरीक्षण करू लागली. काही अडगळीच्या वस्तू सोडल्यास खोलीत कोणतेही सामान नव्हते. लाकूड ठोकून खोलीतील एकमेव मोठी खिडकी कायमची बंद केली होती. खोलीला खूप पूर्वी व्हाईटवॉश मारलेला असावा, असे वाटत होते. पण कोळिष्टकं आणि जळमटाने तो झाकला गेला होता.

नीरजा खोलीचं निरीक्षण करत असताना तिच्या समोरील भिंतीवरचा काही भाग अचानक उखडला जाऊन खाली पडला आणि त्यामागची काळी, जळालेली भिंत दिसू लागली. ती दचकली, पण स्वतःला सावरून भिंतीचे निरीक्षण करू लागली. तेवढय़ात कुणीतरी पटकन तिच्या मागून गेल्या सारखे तिला वाटले. आता नीरजाला त्या खोलीत भीती वाटू लागली. दारातून बाहेर पडून, कडी लावून, तिने कुलूप तसच अडकवलं आणि तो सोडलेला लाल धागा आधी होता तसा बांधला.

नीरजा घरात सगळ्यांशी वरवर जरी सामान्य वागत होती, तरीही मनातून कुठल्याशा अनामिक भीतीने तिला ग्रासलं होतं. त्या खोलीत जाऊन आल्यापासून तिला गौतमची तीव्रतेने आठवण येत होती. असं वाटत होतं, असंच जावं आणि त्याला सांगावं मी तुझ्याशिवाय राहू शकत नाही म्हणून.

पहिले दोन दिवस सोडले तर इथेही तिला अन्न-पाणी गोड लागत नव्हतं. झोपही नीट येत नव्हती. झोप लागली तरी कुठली तरी चाहूल लागून झोपमोड होत होती.

एके रात्री ती दिवा मालवून झोपायचा प्रयत्न करत होती, तेवढ्यात तिला बाजूच्या त्या खोलीतून कोणीतरी चालत आहे असा भास होऊ लागला. ती घाबरली. पांघरूण डोक्यावर ओढून घेऊन, गच्च डोळे मिटून ती देवाचा धावा करू लागली. यातच तिला केव्हा तरी झोप लागली.

रात्री अडीच-तीनच्या सुमारास तिला अचानक जाग आली. कोणीतरी कानात 'नीरजा' अशी कुजबुजत्या आवाजात साद घालत होतं. तो आवाज एका स्त्रीचा होता. नीरजा धडपडत उठली. थंड हवेची लहर तिच्या अंगावर शहारा आणत होती. तिने घाबरून आजूबाजूला पाहिलं. खोलीत कोणीही नव्हतं. आपल्याला भास झाला, असं तिला वाटलं. ती उठून पेलाभर पाणी प्यायली. तिने खिडकीतून बाहेर पाहिले, एक कुत्रे तिच्या खिडकीकडे पाहून भेसूर आवाजात रडत होते. जोरदार वारा सुटल्याने झाडं हलत होती. खिडकीतून बाजूला होऊन ती वळली आणि. . .दरवाजाशी एक धूसर आकृती तिला दिसली. हळूहळू ती आकृती आकार घेऊ लागली. विरळ अशी ती आकृती, गोल साडी नेसलेल्या, मोकळे केस सोडलेल्या, एका सुंदर स्त्रीची होती. पण तिच्या शरीरावर सगळीकडे जळाल्याच्या खूणा होत्या. नीरजा प्रचंड घाबरली. तिला जोरात ओरडावंसं वाटत होतं. पण आवाज

निघत नव्हता. जागचं हलता सुद्धा येत नव्हतं.
'द. .द. .दमयंती आत्या ?'
नीरजा पुटपुटली.
"होय . . मी दमयंती. ."
खोलीत आवाज घुमला.
"काय सांगितलं तुला सगळ्यांनी ? मी आत्महत्या केली असंच ना ?? खोटं. . . साफ खोटं. . . माझ्या आई-बापानेच खोट्या प्रतिष्ठेपायी मला जाळून मारलं."
एवढं बोलून दमयंती भेसूरपणे रडू लागली. नीरजाच्या मनातील भीतीची जागा आता तिच्याबद्दलच्या अपार करुणेने घेतली.

रडणं थांबवून दमयंती पुढे बोलू लागली,
"काय दोष होता माझा ? तर मी श्रीधरवर प्रेम केले होते. जीवापाड प्रेम. . लग्न करीन तर त्याच्याशीच, असा हट्ट धरून बसले होते. श्रीधर. . . आमच्या दिवाणजींचा शहरातून शिकून आलेला मुलगा. . आमचे दोघांचेही एकमेकांवर अतोनात प्रेम होते. पण. . पण. . .त्याची जात आमच्या प्रेमाच्या आड आली. लोक काय म्हणतील? या भीतीने माझ्या बापाने श्रीधरला गाव सोडायला भाग पाडले आणि मला. . मला मी झोपेत असताना रॉकेल टाकून पेटवून दिले. मी जीवाच्या आकांताने ओरडले. पण माझ्या खोलीच्या बंद दाराआड, त्या चार भिंतींमध्ये माझ्या किंकाळ्या, यातना, शरीराची आणि मनाची तडफड विरून गेली."

"मी गेल्यानंतरही माझ्या बापाला रोज त्या खोलीतून किंकाळ्या आणि रडण्याचे आवाज यायचे, म्हणून मांत्रिकाला बोलावून ती खोली कुलूप लावून, अभिमंत्रित केलेल्या धाग्याने कायमची बंद केली आणि मी. .माझ्या वरच्या अन्यायाला वाचा फोडण्याच्या प्रतीक्षेत तीस वर्षं तिथंच अडकून पडले. परवा तू खोली उघडलीस आणि माझा मार्ग मोकळा झाला."

"मला माहीत आहे, तुझ्या प्रेमाला देखील घरच्यांचा विरोध आहे. तुला पाहताच हे मी जाणलं. कालचक्र फिरले आणि पुढे सरकले. आज माझ्या जागी तू उभी आहेस. पण. .विश्वास ठेवं तुझ्या प्रेमावर... झुगारून दे ही जातीची जाचक बंधनं. जाग आपल्या प्रेमाला. . .तुझ्या प्रेमाच्या बळावरच तू घरच्यांचा विरोध मोडून काढशील. तू हे नक्की करू शकते. असं झालं तर. . तर. .माझ्या अतृप्त आत्म्याला कायमची शांती मिळेल. मी नाही. .पण माझ्या पुढच्या पिढीतल्या मुलीने या

जातीच्या भिंतींना सुरुंग लावला हे समाधान मला मिळेल."

"घाबरू नकोस मी कोणालाही काहीही त्रास देणार नाही. पण तू माझ्यावरच्या अन्यायाची जाणीव सगळ्यांना करून दे."

दमयंतीची आकृती धूसर होत नाहीशी झाली. नीरजाने डोळे पुसले. पहाट व्हायला आली होती. एका निश्चयाने तिने आपली बॅग भरायला घेतली.

सकाळी बॅग घेऊनच नीरजा खाली उतरली. आजी आणि काका, काकू चहा घेत बसले होते. त्यांच्या समोर जाऊन ती म्हणाली,
"मला आजच निघायचंय."
"आज ? अगं अजून दोन-चार दिवस राहणार होतीस ना ??"
आजीने विचारलं.
"मला इथं एक क्षणभर सुद्धा थांबायची इच्छा नाही." असं म्हणून नीरजा हाताच्या ओंजळीत चेहरा घेऊन हमसून हमसून रडू लागली. आजी, काका, काकू एकमेकांकडे गोंधळून पाहू लागले.
"या घरात दमयंती आत्यासोबत जे भयंकर घडलं, ते मला समजलंय. काल तिनंच येऊन मला सगळं सांगितलं. आजी. . .पोटच्या मुलीसोबत तुम्ही असं कसं करू शकता?? तुला आजी म्हणायची देखील मला लाज वाटतेय."

स्तब्ध होऊन सर्वजण नीरजा कडे पाहत होते. कोणी काहीही बोलण्याच्या मनस्थितीत नव्हतं. नीरजाच्या काकांनी हरिदासला सांगून तिला स्टेशनवर पोहचवण्याची व्यवस्था केली.

ट्रेन सुरू होऊन हळूहळू तिने वेग घेतला. नीरजाने मोबाइल काढून गौतमला फोन लावला,
"गौतम ! मी तुझ्याशिवाय नाही जगू शकत. माझ्या आई बाबांचा कितीही विरोध असला तरी आपण लग्न करायचंच."
"खरंच नीरजा ! मी स्वप्नात तर नाही ना?"
पलीकडून गौतमचा आवाज तिला उल्हसित करून गेला. "थँक्स ! दमयंती आत्या !!" डोळे पुसत ती पुटपुटली.

5

वचन

सुचेताला मैत्रिणी कडून निघतानाच साडे नऊ झाले. "बापरे ! कसा वेळ गेला गं कळलंच नाही. चल, मला निघायला हवं. आई-बाबा जेवायचे थांबले असतील."

"ओके, बाय सुची. पुन्हा एकदा लग्न ठरल्याबद्दल अभिनंदन. तारीख ठरली की कळव."

"नक्की."

सुचेताने स्कुटर स्टार्ट केली. पंधराव्या मिनिटाला ती घरापाशी होती. गेट उघडून सुचेता आत आली. गार वारं सुटलं होतं. बागेतील पालापाचोळा उडत होता. स्कुटर स्टँडला लावताना तिचे लक्ष डोलणाऱ्या जास्वंदाच्या झाडाकडे गेले... झाडाजवळ अनुराधा काकी उभी होती. तिच्याकडे जळजळीत नजरेने पाहत. भीतीची एक थंड लहर तिच्या सर्वांगातून गेली. किंचाळत ती बेशुद्ध होऊन पडली.

दुसऱ्या दिवशी तिने शोभाला, तिच्या आईला काकी दिसल्याचं सांगितलं. "अगं तुला भास झाला असेल. हे कसं शक्य आहे?" कॉलेजमधे प्राध्यापिका असलेल्या शोभाचा या सगळ्या गोष्टींवर अजिबात विश्वास नव्हता.

चारच दिवसांनंतर शोभा आणि सुचेता रात्रीच्या जेवणाची तयारी करत असताना कॉलेजच्या काही कामासंबंधी फोन आला म्हणून शोभा सुचेताला जेवण गरम करायला सांगून आतल्या खोलीत गेली. थोड्याच वेळात सुचेताच्या किंचाळण्याने तिच्या हातून फोन खाली पडला आणि ती स्वयंपाकघरात धावली. पाहते तर काय सुचेता ज्वाळांनी वेढली होती. आवाजाने तिथं आलेल्या सदानंद, सुचेताच्या बाबांनी क्षणाचाही विलंब न लावता स्वयंपाकाच्या ओट्यावरचा पाण्याचा पिंप

उचलून तिच्या अंगावर रिकामा केला. दोघांनी मिळून तिला हॉस्पिटलला नेले. भाजल्याने सुचेताच्या शरीरावर मोठमोठाले फोड उठले होते. सुदैवाने जखमा खोल नसल्याने तिला आठवडाभरात डिस्चार्ज मिळाला.

"अशी कशी गं त्यादिवशी तुझी ओढणी गॅसच्या शेगडीवर पडली?"
सुचेताचं ड्रेसिंग करताना शोभाने विचारलं.
"अगं आई, भाजी गरम करत असताना माझं लक्ष खिडकीकडे गेलं. तिथं काकी उभी होती. माझ्याकडे रागाने पहात होती. मी खूप घाबरले. त्या धांदलीत माझी ओढणी गॅसच्या शेगडीवर पडली. काही कळायच्या आत माझ्या कुडत्याने पेट घेतला. आई मला खूप भीती वाटतेय गं ! मी हॉस्पिटलमधे असताना सुद्धा एका रात्री ती माझ्या पलंगाजवळ उभी असलेली दिसली मला." एवढं बोलून सुचेता रडायला लागली.

"अहो ! सुचेताला चांगल्या मानसोपचारतज्ज्ञ डॉ.ला दाखवूया. तिला आजकाल नाही नाही ते भास होतात. लवकरात लवकर ट्रीटमेंट सुरू करायला हवी. तिच्या सासरकडची मंडळी ती भाजल्याचं कळल्यावर तिला बघायला यायचं म्हणताहेत. अजून लग्नाची तारीखही ठरायची आहे. मला तर बाई फार काळजी वाटतेय." रात्री झोपताना शोभा सदानंदला म्हणाली. "का ? काय झालं ?" सदानंदने विचारलं. शोभाने त्याला सगळी हकिकत सांगितली. ऐकून सदानंद चिंताग्रस्त झाला. त्याला रात्रभर झोप लागली नाही.

सदानंद आणि शोभा सुचेताला सायकिअट्रिस्ट कडे घेऊन गेले. तिच्या सगळ्या तपासण्या झाल्या. सगळे रिपोर्ट्स नॉर्मल आले. काही दिवस तिचे सायकोलॉजिकल काउन्सिलिंग सुद्धा झाले. त्यानंतर बरेच दिवस सुचेता शांत होती. शोभा आणि सदानंदने सुटकेचा निश्वास टाकला.

एक दिवस तिचे भावी सासूसासरे सुचेताला भेटायला आले. खरंतर तिच्या शरीरावर भाजल्याच्या खूणा दिसतात का हेच त्यांना पहायचे होते. भाजल्याच्या जखमा वरवरच्या असल्याने त्यांची कुठलीही खूण न राहता सुचेता पूर्ण बरी झाल्याचं शोभाने त्यांना सांगितलं. तेव्हा कुठे त्यांची खात्री पटली. सगळ्यांच्या सोयीने लग्नाची तारीख ठरवण्यात आली.

त्या रात्री सुचेता तिच्या भावी नवऱ्यासोबत तासभर फोनवर बोलली. आज ती खूपच आनंदात होती. भविष्याची गोड स्वप्नं पाहत तिला झोप लागली. रात्री कसल्यातरी आवाजाने तिला जाग आली. तिने मोबाइलमधे पाहिलं, २ वाजले होते. बाहेर सोसाट्याचा वारा सुटला होता. वाऱ्याने खिडकी आपटून आवाज होत होता. खिडकी बंद करायला ती उठली. खिडकीबाहेर अंधारात कोणीतरी उभं असल्याचं तिला जाणवलं. तिने जरा वाकून बघण्याचा प्रयत्न केला. तेवढ्यात एक चेहरा तिच्या अगदी समोर आला. पाठोपाठ विकट हास्य. ती. . .ती अनुराधा काकी होती. किंचाळत, हेलपाटत सुचेता तिच्या खोलीचे दार उघडून आईबाबांच्या खोलीकडे धावली.

दुसऱ्या दिवशी सुचेता तापाने फणफणली. शोभाला कळत नव्हतं की सुचेताला नेमकं काय होतंय ? सदानंदला मात्र या घटनांमागच्या कारणाचा अंदाज आला होता.

सदानंदला त्याचं कोकणातलं घर आठवलं. मुंबईत यायच्या अगोदरचं त्याचं आयुष्य तिथेच गेलं होतं. आईवडिलांचा सहा महिन्यांच्या अंतराने मृत्यु झाला तेव्हां सदानंद अवघा १६ वर्षांचा होता आणि त्याचा मोठा भाऊ विनायक २० वर्षांचा. गावात त्यांची मोठी आमराई होती. कुटुंबाची गुजराण त्यावरच चाले. वडिलांच्या मृत्युनंतर विनायकने सगळी जबाबदारी उचलली. सदानंदला पुढील शिक्षणासाठी मुंबईत ठेवून स्वतः गावात राहून आमराईची देखभाल करू लागला. सरळमार्गी असलेला विनायक त्याच्या लाडक्या सदाची सर्वतोपरी काळजी घेई. कुठल्याही प्रकारच्या अडचणीची, दुःखाची झळ त्याला बसू नाही आणि त्याचे शिक्षण व्यवस्थित व्हावे याचसाठी त्याचा कायम प्रयत्न असे. गांवातील लोकांच्या मध्यस्थीने विनायकचे गांवातल्याच अनुराधाशी लग्न झाले. अनुराधा सुद्धा सरळमार्गी, सालस होती. तीदेखील सदानंदची पोटच्या मुलाप्रमाणे काळजी घेई.

शिक्षण संपल्यावर सदानंदला लगेचच सरकारी नोकरी लागली आणि तो मुंबईतच स्थायिक झाला. यथावकाश अनुराधाच्या नात्यातील शोभाशी सदानंद चे लग्न झाले.

विनायक - अनुराधा ची सुनिता आणि त्यानंतर अडिच वर्षांतच सदानंद - शोभाची

सुचेता जन्माला आली. दरवर्षी आमराईतून येणारे अर्धे उत्पन्न विनायक न चुकता सदानंदला देत असे. गणेशोत्सव आणि उन्हाळी सुट्टीत सदानंद त्याच्या कुटुंबासह कोकणात गावी जाई. क्वचित प्रसंगी विनायक, अनुराधा आणि सुनिताला घेऊन मुंबईत येई. रविवार सोडला तर सदानंद - शोभा कामानिमित्त बाहेर असत. सुचेताचा दिवस लहानपणी पाळणाघर आणि मोठी झाल्यावर शाळा, कॉलेज, क्लास यातच संपत असे.

सगळं सुरळितपणे चालू असताना एक दिवस आमराईत काहीतरी काम करत असताना विनायकला सर्पदंश झाला. उपचारांसाठी तालुक्याच्या गावी नेत असताना वाटेतच त्याची प्राणज्योत मालवली. सदा - शोभा पंधरा दिवस गांवी राहून परत आले आणि आपापल्या उद्योगाला लागले. अनुराधावर तर आभाळ कोसळले. सुनिताकडे पाहून तिने स्वतःला सावरलं. तिला शिकवून मोठं करून चांगला मुलगा बघून तिचं लग्न करून द्यायचं, हे ध्येय ठेवून अनुराधा दिवस ढकलत होती.

आता सदा - शोभाचं कोकणातील गांवी येणं कमी झालं. मात्र जुलै महिन्यात सदानंद न चुकता वहिनी आणि पुतणीची चौकशी करण्याच्या निमित्ताने आमराईतील मिळकतीचा अर्धा वाटा घेण्यासाठी गांवी येई. अनुराधाला कुठली मदत हवी आहे का? असं त्याने तोंडदेखलं सुद्धा कधी विचारलं नाही. अनुराधा त्याला पुरतं ओळखून होती पण उघडपणे ती काहीच बोलत नसे.

दिवस भराभर सरत होते. सुनिता बावीस वर्षांची झाली होती. गावातील कॉलेजमधून कला शाखेत पदवी घेऊन ती गावच्याच एका शाळेत शिक्षिकेची नोकरी करू लागली. तिला पुढील शिक्षणासाठी मुंबईला सदाकाका कडे जावे असे फार वाटे. अनुराधाने दोनतीनदा तसं सदाला विचारलं देखील होतं. पण सदानंदने दरवेळेस तिचं बोलणं टाळून दुर्लक्ष केलं होतं.

यंदा जुलैमध्ये सदानंद गावी आला तेव्हां अनुराधा त्याला म्हणाली. "भावोजी, सुनीच्या लग्नाचं बघायला हवं. कोणी मुलगा तुमच्या परिचयात असेल तर बघा ना." "बघुया. सांगतो." म्हणून सदानंद ने विषयाला बगल दिली. काही दिवसांनी अनुराधाने शोभाला यासंदर्भात फोन केला. "अहो वहिनी ! आमच्या परिचयात तशी लग्नाची मुलं आहेत पण सगळ्यांना शहरातील, शिकलेल्या, स्मार्ट मुली

हव्या असतात." असं बोलून शोभाने तिला गप्प केलं. अनुराधाला सुनिताच्या लग्नाची काळजी कुरतडत होती. गावात राहून तिला म्हणावे तसे प्रयत्न देखील करता येत नव्हते. सदानंद आणि शोभा कडून कुठलीही अपेक्षा व्यर्थ होती.

एक-दोन वर्षं अशीच सरली. मार्च महिन्यात एक दिवस आमराईमधील कामं आटोपून अनुराधा घरी आली ती तापाने फणफणतच. सुनिताने लगेचच गांवातील डॉक्टरला बोलावून आणलं. तिला तपासून, गोळ्या लिहून देऊन डॉक्टरांनी तिच्या डोक्यावर थंड पाण्याच्या पट्टया ठेवायला सुनिताला सांगितलं. चार दिवस झाले तरी ताप काही उतरत नव्हता. सुनिताने तिला तालुक्याच्या दवाखान्यात भरती केले आणि सदाकाकाला फोन करून तिकडे येण्याची विनंती केली. चार-पाच दिवसांनी सदानंद गावी आला. अनुराधा दवाखान्यातच होती. तिच्या तब्येतीला उतार नव्हता. डेंग्यूचे निदान झाले होते.

"भावोजी, मी आता या आजारातून उठेन असं काही वाटत नाही. पण माझा जीव माझ्या पोरीत अडकलाय. खूप प्रयत्न करूनही तिचं लग्न मला जमवता आलं नाही."
"वहिनी, आपण असं करुया, आमराई विकून चांगली किंमत येईल. त्यात तिचे लग्न धुमधडाक्यात लावून देवू. मी वचन देतो की तिला मुंबईला माझ्या घरी घेऊन जाईन आणि स्वतः तिच्या लग्नाचं बघेन. माझ्या मुलीच्या लग्नाआधी सुनिताचं लग्न मी लावून देईन. हे माझं वचन आहे. तू फक्त या आमराईच्या कागदपत्रांवर सही कर." अनुराधाच्या मनावरचं मणामणाचं ओझं जणूकाही उतरलं होतं. तिनं सदाने दाखवलेल्या जागी कागदपत्रांवर सह्या केल्या आणि दोनच दिवसांत या जगाचा निरोप घेतला.

महिनाभर सदानंद गांवी थांबला. अनुराधाचे दिवस-कार्य करून, आमराई चांगल्या किमतीत विकून तो परत मुंबईला आला. आलेले सगळे पैसे त्याने स्वतःच्या मुलीच्या, सुचेताच्या नांवे वेगवेगळया ठिकाणी गुंतवले.

दिवस जात राहीले. सदानंदने ना आपल्या पुतणीला मुंबईत आणले ना तिच्या लग्नासाठी प्रयत्न केले. आपल्या वहिनीला दिलेले वचन तो सोयिस्करपणे साफ विसरला. एवढंच काय त्याने कधी गांवी फोन करून सुनिताची साधी चौकशी देखील केली नाही. सुनिता पूर्वीसारखंच शाळेत शिकवून दिवस कंठत होती.

सुचेताचे लग्न ठरल्यावर अनुराधाने अशा तर्हेने त्याला त्याच्या वचनाची आठवण करून दिली होती.

पश्चातापाने दग्ध झालेल्या सदानंदने दुसऱ्या दिवशीच गांवी जाण्याचा निर्णय घेतला. शोभा देखील त्याच्यासोबत जायला निघाली. परत येताना त्यांच्यासोबत सुनिता होती.

सुनिताला आपल्या घरी मुंबईत ठेवून घेऊन सदानंद आणि शोभाने तिला स्वतःच्या मुलीसारखं वागवलं. तिच्या लग्नासाठी कसून प्रयत्न केले. त्यासाठी सुचेताचे लग्न लांबणीवर टाकले. आश्चर्य म्हणजे ज्यादिवशी सुनिता मुंबईत आली त्यादिवसापासून सुचेताला अनुराधा काकी कधीही दिसली नाही.

लवकरच सुनिताचे लग्न जमले. एकाच मांडवात दोघी बहिणींचे लग्न लावण्यात आले. आपल्या वचनाला स्मरून सदानंदने सुनिताच्या लग्न मुहूर्ताची वेळ आधी ठेवली.

6

गुप्तधन

गावाबाहेर, नदीकाठी असलेला तो पडका वाडा, एके काळच्या वैभवाच्या खूणा सावरत एकाकी उभा होता. एखादी, अर्धवट भिंत सोडली तर बाकीच्या भिंती ढासळलेल्या अवस्थेत होत्या. उभे, नक्षीदार खांब मात्र गतवैभवाची साक्ष देत होते. दिवसा तो वाडा चरसी, गंजेडी, व्यसनी लोकांचा अड्डा असायचा. रात्री मात्र काळजाचा थरकाप उडवणारी भयाण शांतता. जोडीला रातकिड्यांची किरकिर. वटवाघळांचा आणि घुबडांचा अभद्र वावर.

रावसाहेब इनामदारांच्या कारकिर्दीत वाडा कायम गजबजलेला असे. रावसाहेब आणि त्यांचे दोन भाऊ कुटुंबासोबत तिथे राहत असत. भरपूर शेती आणि सावकारी व्यवसाय, त्यामुळे लक्ष्मी त्या कुटुंबावर प्रसन्न होती. मुलंबाळं, नोकर-चाकर, पै-पाव्हणा, आला-गेला सगळ्यांना पोटात घेऊन वाडा दिमाखात झगमगत असे.

वाड्याचे बांधकाम रावसाहेबांच्या वडिलांच्या म्हणजे आबासाहेबांच्या काळातले. मजबूत, भरभक्कम आणि चौसोपी...असं म्हणतात, सावकारीतून आबासाहेबांनी बऱ्यावाईट मार्गाने भरपूर माया जमवली होती. थोड्या कर्जावर लोकांची जमीन तारण ठेवून घेऊन नंतर बळकावली होती. सोनं, चांदी, रत्न, असं सगळं धन त्यांनी वाड्याच्या तळघराखाली भुयार करून पुरून ठेवलं होतं. नंतर भुयार बुजवून टाकलं. पण उतारवयात स्मृतिभ्रंश झाल्याने आबासाहेब पुरलेल्या धनाची नेमकी जागा विसरले. त्यांच्यानंतर त्यांच्या वंशजांनी ते गुप्तधन शोधून काढण्याचे बरेच प्रयत्न केले. पण एकही प्रयत्न फळला नाही. अडचणीत असलेल्यांना नाडून

मिळवलेले धन कोणी उपभोगू शकत नाही हेच खरं.

काळाच्या ओघात रावसाहेबांची एक पिढी संपली. त्यांच्या पुढच्या पिढीतील बहुतेकांनी शेती विकून शहराचा रस्ता धरला. दिनकर मात्र वाट्याला आलेली ५-७ एकर जमीन कसत गावातच राहिला. दिनकर, रावसाहेबांचा पुतण्या. त्यांच्या सर्वात लहान भावाचा, वामनरावांचा मुलगा. कमी उंचीचा, किरकोळ शरीरयष्टीचा दिनकर गावातील एका छोट्या घरात बायको मुलासह रहात होता.

गेल्या पंधरा-वीस वर्षांत गावात पुष्कळ बदल झाला होता. गावातील बऱ्याच शेतकऱ्यांनी सेंद्रिय शेती, फुलांची शेती, फळबागा, ॲग्रो टुरिझम वगैरेसारखे प्रयोग करून आपली प्रगती साधली होती. दिनकरला मात्र यापैकी काहीही जमलं नव्हतं. गेली कित्येक वर्ष तो पारंपारिक, पूर्णपणे निसर्गावर अवलंबून असलेल्या शेतीपद्धतीवर विसंबून होता. कधी ओला किंवा कोरडा दुष्काळ , कधी वादळ किंवा रोग पडल्याने पिकांची नासाडी तर कधी भरघोस पीक पण पडते भाव, या दुष्टचक्रातून त्याची काही सुटका होत नव्हती. बँकेकडून आणि नातेवाईकांकडून घेतलेले कर्ज काही फिटत नव्हते. उलट वाढतच चालले होते.

गावातील त्याचे काही हितचिंतक त्याला शेती विकून टाकण्याचा सल्ला देत. त्याने तसा प्रयत्न करूनही पाहिला, पण तो अडचणीत असल्याचे लक्षात घेऊन लोक शेतीचे भाव पाडून मागत. दिनकरची ओढाताण काही संपत नव्हती. दिनकरची बायको नंदा तशी स्वभावाने गरीब. कुणाच्या अध्यात-मध्यात नसलेली. पण परिस्थितीने गांजल्याने ती देखील त्याला घालून पाडून बोलायची.

दिनकरचा मुलगा, दिपक मात्र शहाणा, समंजस होता. तालुक्याला राहून कॉलेजच्या तिसऱ्या वर्षाला शिकणारा दिपक, अभ्यासात हुशार होता. फावल्या वेळात शाळेतील मुलांच्या शिकवण्या घेऊन स्वतःपुरते पैसे कमवत होता. त्याला खेड्यात राहून शेती करण्यात काही रस नव्हता. शिक्षण पूर्ण करून, स्वतःच्या पायावर उभं राहिल्यावर, आई-बाबांना आपल्याजवळ तालुक्याला राहायला घेऊन यायचं त्याने पक्कं ठरवलं होतं. बाबांना शेती विकायला लावून, आलेल्या पैशात तालुक्यातच छोटासा उद्योग-धंदा उभारून, छोटेसे घर बांधायचे त्याचे स्वप्न होते. दिनकरचे मन वळविण्याचे त्याचे प्रयत्न सुरू होते. पारंपरिक शेतीत काही राम नाही, हे त्याने त्याला परोपरीने समजावून सांगितले. नंदा आपल्या मुलाशी

सहमत होती. पण दिनकरला काही पटत नव्हते.

एक दिवस नंदाचा दूरचा भाऊ श्रावण सहज म्हणून त्यांच्याकडे आला. दिनकरने या मेव्हण्याकडून चार वर्षांपूर्वी दीड लाख रुपये व्याजावर, उसनवार घेतले होते. व्याज वाढत जाऊन त्याचे आज दोन लाखावर झाले होते. "भाऊजी ! ते पैसे परत करण्याचं बघा आता. मुलीच्या लग्नाचं पहातोय. वर्षाअखेरपर्यंत जमेलसं वाटतंय."
श्रावण बोलला.
"भाऊ ! सध्या हात आखडलेत. सहा आठ महिन्यात तांदूळ आला की देतो."
"आत्ता थोडेफार द्या...बाकीचे सवडीने द्या.."
"आता शक्य नाही भाऊ ! "
श्रावणने पैसे परत करण्यासाठी तगादा लावला. तो व्याज माफ करायला देखील तयार झाला. पण दिनकरजवळ सध्यातरी वीस-पंचवीस हजारांपेक्षा जास्त नव्हते. ते सुद्धा त्याला दिले तर खायचे वांधे होणार होते. वाद वाढून त्याचे पर्यवसान भांडणात झाले. शेवटी नंदाने तिच्या लग्नात मिळालेल्या चार तोळ्यांच्या बांगड्या काढून श्रावणच्या हवाली केल्या तेव्हा कुठे तो परत गेला.

तो गेल्यावर मात्र नंदा खूप रडली.
"कधी कसली हौसमौज केली नाही. गुंजभर सोनं अंगावर चढवलं नाही. आता तर लंकेची पार्वती बनवलं. माझ्या माहेरून मिळालेली चीजवस्तू सुद्धा तुमच्या कर्जापायी गेली. वर श्रावणभाऊशी संबंध बिघडले ते वेगळंच. काय पाप केलं होतं, की तुमच्यासारखं पाप्याचं पितर पदरी पडलं ??? अशा जगण्यापेक्षा मेलेलं बरं...."
दिनकरला ती खूप घालून पाडून बोलली. तो मात्र खाली मान घालून सगळं निमूटपणे ऐकत होता.

दुपार झाली होती. कुठल्या तरी तिरीमिरीत तो घरातून बाहेर पडला आणि त्याच्या पूर्वजांच्या जुन्या वाड्यापाशी आला. या वाड्याच्या बाबतीतल्या वदंता त्याच्याही कानी आल्या होत्या. त्या भयाण, भकास वाड्याभोवती एक चक्कर टाकून तो विचार करत बसला.
'आजोबांनी कुठे बरं पुरून ठेवलं असेल ते गुप्तधन? आपल्याला मिळालं तर सगळेच प्रश्न सुटतील.कर्ज फेडता येईल. नंदा आणि दीपकला सुखात ठेवता येईल. काय करता येईल ते गुप्तधन मिळवण्यासाठी ?? '

विचारांच्या नादात त्याने वाड्याभोवती परत एक फेरी मारली. वाड्याबाहेरील भागाचे निरीक्षण केले.
'नक्की कुठे असणार ते गुप्तधन पुरलेली जागा??'
तो विचार करू लागला. थोड्या वेळाने त्याला स्वतःच्याच मूर्खपणावर हसू आले.
'असे सहजासहजी हाती लागले असते तर त्याला गुप्तधन का म्हटले असते ??'

क्षणभरात त्याच्या डोक्यात एक विचार विजेसारखा चमकून गेला. भैरवची मदत घेतली तर ??? भैरव.... गावातील एक ज्योतिषी. पण फार थोड्या लोकांना तो एक पोहोचलेला मांत्रिक आहे, याची माहीती होती. अमावस्या, पौर्णिमेच्या दिवशी स्मशानात जाऊन कसलीशी साधना करायचा. वायंगी म्हणजेच कर्णपिशाच्च वश करून देण्यात त्याचा हातखंडा होता. घराच्या भरभराटीसाठी या भूताचा वापर करतात. काही महिने किंवा वर्षांसाठी याला बाळगता येते. बाळगणाऱ्या व्यक्तीच्या कानात ते गुणगुणत राहते म्हणून त्याला कर्णपिशाच्च सुद्धा म्हणतात.

"या इनामदार साहेब... गरीबाच्या झोपडीत कसं येणं केलंत?"
दिनकरला पाहून भैरव म्हणाला. भैरवला दिनकरने सहा महिन्यांसाठी वायंगी भारून देण्यास सांगितले.
"काही काळजी करू नका. या अवसेला तुमचं काम होईल. दहा हजार रुपये आगाऊ लागतील."
दिनकरने भैरवच्या हातात पैसे ठेवले. भैरवने काही वस्तूंची यादी बनवून दिनकरला दिली.
"हे सर्व साहित्य घेऊन येत्या अमावस्येला गावाबाहेरच्या मसणवटीत रात्री १२ पर्यंत या... मी तुम्हाला तिथेच भेटेन."

दिनकर अमावस्येची भितीयुक्त उत्कंठेने वाट पाहू लागला. अमावस्येचा दिवस उजाडला. दिवसभर दिनकरला चैन नव्हते. सर्व वस्तूंची जमवाजमव त्याने करुन ठेवली होती. अर्थात नंदाच्या चोरून...तिला माहित झाले तर, ती नक्की त्या सगळ्या गोष्टींना विरोध करणार... याची त्याला खात्री होती.

रात्रीचे साडेअकरा वाजले. सर्वत्र निजानीज झाली. दिनकर हळूच उठला. दबक्या

पावलांनी घराच्या बाहेर पडला आणि स्मशानाच्या रस्त्याला लागला. स्मशानात येताच धगधगणाऱ्या होमकुंडा समोर बसलेला भैरव त्याच्या दृष्टीस पडला.
"सगळे साहित्य आणले का ?"
भैरवने विचारलं.
"हो..."
सगळ्या वस्तूंची मांडामांड करून भैरवने अनाकलनीय असे मंत्रोच्चार करण्यास सुरुवात केली. मानवी कवटी, हाडे, पांढरी मोहरी, काळे तीळ, लिंबू, गुलाल यांची ती विचित्र मांडणी पाहूनच दिनकरची छाती दडपली. काही वेळाने समोरच्या होम कुंडातून मोठ्या, काळ्या ज्वाळा निघायला सुरुवात झाली. एक नारळ त्या ज्वालांपाशी धरून काही तरी पुटपुटत भैरवने तो नारळ दिनकर जवळ दिला.
"हा घ्या भारलेला नारळ... कोणाला दिसणार नाही अशा जागी घरात ठेवा. सहा महिन्यानंतरच्या अमावस्येला इथेच येऊन हा नारळ न विसरता मला परत द्यायचा. जा आता... तुमचे काम झाले."

रात्रीच्या किर्र अंधारात दिनकर चालत निघाला. सावकाश घरात येऊन त्याने तो नारळ त्याच्या कपाटाच्या खालच्या खणात कापडात गुंडाळून ठेवला.

दुसऱ्या दिवशी दुपारी वाड्यापाशी येऊन वाड्याभोवती फिरत दिनकर पुटपुटला. "कुठे आहे ती गुप्तधनाची जागा ?"
"पुढे चल..."
कोणीतरी त्याच्या कानात बोललं. भैरवने आपलं काम चोख बजावलं होतं. दिनकर तसाच पुढे निघाला. वाड्याच्या मागच्या बाजूस आल्यावर त्याच्या कानात आवाज आला, "इथे थांब..."
वाड्याची ती बाजू त्यानं नीट न्याहाळली. तिथल्या पडक्या भिंतीपाशी बरीच काटेरी झुडपं उगवली होती. त्यानं त्या झुडपात हात घातला.
"इथेच भिंतीच्या दिशेने खाली खणायला सुरुवात कर.. छोटं भुयार लागेल... त्यात ठेवलंय."
पुन्हा त्याच्या कानात गुणगुण झाली. त्याला वश झालेले ते कर्णपिशाच्च पुढे बोललं,
"आज रात्री इथेच खणून काढ..."

निजानीज झाल्यावर अकरा साडे अकराच्या सुमारास दिनकर वाड्यापाशी आला. सोबत टॉर्च, कुदळ, फावडे आणि विळा त्यानं आणले होते. छोटा टॉर्च तोंडात

धरून, त्या जागेवरची झुडपं आधी त्यानं विळा घेऊन कापून काढली. कापत असताना 'फिसस्स...' असा आवाज करत एक मोठा साप त्याच्या जवळून गेला. दिनकरची पाचावर धारण बसली. कसबसं त्यानं स्वतःला सावरलं आणि कुदळ घेऊन भिंतीत खणायला सुरुवात केली. मधूनच खणताना निघालेली माती फावड्याने तो बाजूला करत होता.

दोन तास अविरत खणल्यानंतर तो थकला. अजूनही काही दृष्टिपथात येत नव्हते. "थांबू नकोस... चालू ठेव..." त्याच्या कानात गुणगुण झाली. त्याने परत खणायला सुरुवात केली. आता माती भुसभुशीत लागत होती. आत काहीतरी असल्यासारखे वाटत होते. त्याने आणखी दोन तीन घाव घातले आणि... एक अंधारी पोकळी दिसू लागली. दिनकर त्या अंधाऱ्या पोकळीच्या आत वाकून पाहू लागला. डोळ्यांना काही दिसत नव्हते.

"घाबरू नकोस.. थोडा आत सरक.." पुन्हा गुणगुण.
तो आत सरकला. हातांनी चाचपडून पाहू लागला. आणखी थोडं पुढे सरकून त्याने अंदाज घेतला आणि... त्याच्या हाताला थंडगार काहीतरी जाणवलं. नीट पाहिल्यावर लक्षात आलं, तो एक मोठा हंडा होता. त्याने पटकन तो हंडा बाहेर ओढून काढला. कधीकाळी त्या जड हंड्याच्या तोंडावर बांधलेले कापड जीर्णशीर्ण होऊन गेले होते.

दिनकरने तो हंडा बाहेर काढताबरोबर आसमंत किंकाळ्यांनी आणि भयप्रद आवाजांनी भरून गेले. "ताबडतोब इथून निघून जा.."
त्याच्या कानाशी असलेले कर्णपिशाच्च बोलले. दिनकर लगबगीने हंडा सावरत लपत-छपत घरी आला. त्याच्या येण्याची चाहूल लागून नंदा जागी झाली आणि दारातून आत आलेल्या दिनकरच्या अवताराकडे आ वासून पहात राहिली. धुळीने भरलेले कपडे, विस्कटलेले केस, हातात जुन्या काळातील पितळी हंडा...

"हे काय ? कुठे गेला होतात तुम्ही ??"
दिनकरने नंदाला सगळी हकीकत सांगितली.
"अहो ! हे काही बरोबर नाही... असं मिळालेलं गुप्तधन कधी कोणाला लाभत नाही असं म्हणतात..."
"काहीतरीच काय ?? आता तू जास्त विचार करू नकोस. आपल्याला चांगले दिवस येतील याचा आनंद मान."

दिनकरने तो पितळी हंडा सतरंजीवर उपडा केला आणि... त्याचे व नंदाचे डोळे आश्चर्याने विस्फारले. वेगवेगळ्या तऱ्हेचे सोन्या-चांदीचे दागिने, रत्न, सोन्याची नाणी यांचा खच त्यांच्यासमोर पडला होता. दिनकरचा आनंद गगनात मावेना. नंदा साशंकपणे एक एक दागिना उचलून पहात होती. दिनकरने परत सगळे जिन्नस हंड्यामध्ये ठेवून हंड्याचे तोंड एका कापडाने बांधून, भैरवने दिलेला नारळ जिथं ठेवला होता, त्याच्याजवळ हंडा ठेवून दिला.

एक मात्र घडले... त्यादिवसापासून दिनकर आणि नंदा एकही रात्र शांत झोपू शकले नाही. झोप लागली की त्यांना चित्रविचित्र भास होत, भयानक स्वप्न पडत आणि जाग येई. कोणीतरी त्यांच्या सोबत घरात वावरत आहे, असे त्यांना वाटे. कधी कोणी पाठीमागे उभे असल्याचा भास होई.

एके रात्री दिनकर झोपेत असताना कोणीतरी त्याला हाक मारत आहे असा त्याला भास झाला.
"दिनकर.. ए...दिनकर" आवाज घराबाहेरून येत होता. त्याने उठून, खिडकीतून बाहेर पाहिले. जुन्या काळातील कपडे परिधान केलेला एक गृहस्थ दाराबाहेर उभा होता. त्याला हा प्रकार विचित्र वाटला. दार न उघडता तो परत येऊन झोपायचा प्रयत्न करू लागला. थोड्यावेळाने कुणीतरी त्याला हलवून जागे करत आहे, असं वाटलं. त्याने डोळे उघडले. तीच दाराबाहेर पाहिलेली व्यक्ती त्याला हलवून जागे करत होती.
"माझ्या मुलीचे लग्न उद्यावर आले आहे. आतातरी तिच्यासाठी केलेले दागिने मला परत द्या..."
दिनकर घाबरून उठून बसला. त्याने समोर पाहिलं. ती व्यक्ती आता तिथं नव्हती. बाजूला नंदा कधी नव्हे ते शांत झोपली होती.

जेव्हा जेव्हा दिनकरने त्यातील काही सोने विकण्यासाठी बाहेर काढले, तेव्हा तेव्हा काहीतरी विघ्न येत गेली. कधी घराबाहेर जाताना तो घसरून पडायचा. कधी तालुक्याला जाणारी गाडी चुकायची किंवा कधी त्याला अथवा नंदाला आजारपण यायचे.

एक दिवस कुठल्यातरी लग्न समारंभाला जाण्यासाठी नंदा तयार होत होती. त्या

हंड्यात पाहिलेली एक नथ घालून बघायचा तिला मोह झाला. तिने नथ बाहेर काढली आणि नाकात चढवली. तेवढ्यात... त्या खोलीभर असह्य असा कुचका, सडका दुर्गंध पसरला. नंदाला कळलं नाही काय झालं ते ?
तिनं ती नथ नाकातून काढली. दुर्गंध थोडा कमी झाला. नथ पुन्हा जागेवर ठेवून दिल्यावर दुर्गंध पुरता नाहीसा झाला. आता नंदाची खात्री पटली, हे गुप्तधन घरात आल्यापासून त्यासोबत त्याला चिकटलेल्या वासना, तळतळाट यांचा देखील घरात शिरकाव झाला होता. त्याच दुपारी जेवणानंतर नंदाला डुलकी लागली. अर्धवट झोपेत तिच्याजवळ एक स्त्री येऊन उभी राहिली. रागाने तिच्याकडे पहात, तिचा हात घट्ट धरत तिला म्हणाली,
"माझ्या नवऱ्याने पै पै जोडून माझ्यासाठी बनवलेला दागिना हातात घेतलास तर खबरदार...तुला जिवंत सोडणार नाही.."
नंदा दचकून जागी झाली. आजूबाजूला कुणीही नव्हते. मात्र तिच्या मनगटावर कुणीतरी घट्ट आवळून धरल्यामुळे पडलेले बोटांचे लालसर ठसे होते.

सहा महिने झाल्यावर अमावस्येच्या रात्री दिनकरने आठवणीने भारलेला नारळ भैरवला स्मशानात जाऊन विधिवत परत केला.

एक दिवस दिनकरने पक्क ठरवलं, हंड्यातील काही सोन्याच्या मोहरा तालुक्याला जाऊन सराफाकडे विकून, आलेल्या पैशाने काही देणी चुकवायची. त्याप्रमाणे तो सकाळीच तयार झाला. घराबाहेर पडण्याआधी वळचणीत ठेवलेली चप्पल उचलायला त्याने हात घातला आणि तो कळवळून, जोरात ओरडला. वळचणीत दडून बसलेल्या विषारी सापाने त्याच्या हाताला दंश केला होता. नंदा धावली. तिने ओरडून आजूबाजूच्या लोकांना गोळा केले. कोणीतरी गाडी आणायला पळालं. तासाभराने गाडी मिळाली. गाडीत टाकून दिनकरला तालुक्याला नेण्यात आले. पण फार उशीर झाला होता. रस्त्यातच त्याच्या तोंडातून फेस येऊ लागला. दवाखान्यात पोहोचेस्तोवर सर्व संपलं होतं.

दीपक आईसोबत गावी परत आला. दिनकरचे सर्व दिवस कार्य आटोपले. आताशा नंदाची तब्येतही फारशी बरी नसे. तिच्या पोटात कायम दुखत राही. दीपकने आपल्या आईला तालुक्याला नेऊन सर्व तपासण्या करून घेतल्या. पण कुठलेही निदान होत नव्हते. दिवसेंदिवस ती खंगत चालली होती. आता आपण काही वाचणार नाही असे तिला वाटायला लागले होते.

एक दिवस नंदाने दीपकला जवळ बसवून सगळी हकीकत सांगितली. ती त्याला म्हणाली,

"हे गुप्तधन शापित आहे. ते कोणालाही लाभणार नाही. ते नष्ट केलेलंच बरं"

एके रात्री झोपेतच नंदा गेली. दीपक आता पुरता पोरका झाला. त्याच्या दुःखाला पारावार नव्हता. त्याला कसलाच उत्साह वाटत नव्हता. आई गेल्यावर महिन्याभरानंतर एक दिवस असाच उदास बसलेला असताना, त्याला आईचे शब्द आठवले.

"हे गुप्तधन शापित आहे. ते कोणालाही लाभणार नाही. ते नष्ट केलेलंच बरं."

त्यानं घरात शोधाशोध सुरू केली. कपाटाच्या खालच्या खणात त्याला तो हंडा मिळाला. त्यांच्या घराच्या गच्चीवर एक छोटी सिमेंटची कुंडी होती. पूर्वी कधीतरी त्यात लावलेले झाड न जगल्याने ती कुंडी रिकामी पडली होती. त्याने ती कुंडी साफ केली. बाजारात जाऊन एक लोखंडी पत्रा आणि थोडे सिमेंट आणले. हंड्यातील सर्व जिन्नस त्याने कुंडीत ठेवले. लोखंडी पत्र्याने आणि सिमेंटने त्या कुंडीचे तोंड बंद करून टाकले. दोन दिवस ती तशीच वाळायला ठेवली आणि तिसऱ्या दिवशी गावाबाहेरील नदीच्या खोल पाण्यात नेऊन टाकून दिली. त्या शापित गुप्तधनासोबत घरात शिरलेले तळतळाट, वासना या सगळ्यांनाच जलसमाधी मिळाली.

त्या रात्री खूप दिवसांनी दीपकला घरात शांत झोप लागली.

7

प्रतिशोध

"hi baby...झोपली नाहीस अजून."
"नाही. .तू online येण्याची वाट बघत होते."
"सो क्युट. .लव यु babe"
पुढचा अर्धा तास दोघं व्हाटस्अॅपवर चॅटिंग करण्यात बुडून गेले.

स्पृहा आणि आतिश दोघंही कॉलेजमध्ये बीबीएच्या तिसऱ्या वर्षाला, एकाच वर्गात. तीन वर्षांपासून एकमेकांच्या प्रेमात आकंठ बुडालेले. कॉलेजमध्ये, कॅन्टीनमध्ये, त्यांच्या मित्र मैत्रिणींच्या ग्रुपसोबत असतानाही जगाचे भान विसरून त्यांच्या गुजगोष्टी चालत. यावरून त्यांच्या ग्रुपमधले मित्रमैत्रिणी त्यांची कायम थट्टा करत.

दोघं कॉलेजच्या बाहेरही भेटत. एकत्र नसले की दोघांचा बराच वेळ व्हॉट्सअॅप, फेसबुकवर एकमेकांशी चॅटिंग करण्यात किंवा मोबाइलवर बोलण्यात जाई.

आतिश शहरातील एका मोठ्या नामांकित बांधकाम व्यावसायिकाचा एकुलता मुलगा तर स्पृहाचे आई वडील दोघेही सनदी अधिकारी. स्पृहाची लहान बहीण स्पंदन त्याच कॉलेजला कॉम्प्युटर सायन्सच्या दुसऱ्या वर्षाला होती. स्पृहापेक्षा स्पंदन खूपच वेगळी. कायम अभ्यासात बुडालेली. वयाच्या मानाने ती खूपच परिपक्व होती. कोणालाही माहित नसलेली तिची विशेषता म्हणजे ती कोणाचीही हुबेहुब नक्कल करू शकत असे. लहान असून स्पृहाला ती नेहमी आतिशचा नाद सोडून अभ्यासात लक्ष घालण्याचा सल्ला देई. तिच्या मते आतिश सारखी मुलं,

मुलींकडे फक्त टाइमपास म्हणून बघतात.

नात्यातील लग्न समारंभाला उपस्थित राहण्यासाठी आतिशचे आईवडील काही दिवसांसाठी बाहेरगांवी गेले. एकांतात भेटण्याची दोघांना अनायासे संधी मिळाली. आतिशने स्पृहाला घरी बोलावले. आतिशचा आलिशान बंगला पाहून स्पृहा अचंबित झाली. हॉलच्या भिंतीवर लावलेलं सुंदर पेंटिंग भान हरपून पहात असताना आतिशने तिला मागून येउन मिठीत घेतलं आणि तिच्या मानेवर ओठ टेकले. स्पृहा त्याच्या मिठीत विरघळली. दोघंही जगाचं भान हरपून एकरुप झाली.

स्पृहा भानावर आली तेव्हा बाहेर अंधारून आलं होतं. पटकन कपडे सावरून ती उठली. "मला निघायला हवं. उशिर झाला." असे म्हणून आतिशचा निरोप घेऊन ती निघाली.

त्यानंतर दोन तीन वेळेस आतिशने स्पृहाला त्याच्याबरोबर एकांतात येण्यासाठी गळ घातली. पण स्पृहाचे संस्कारी मन पुन्हा त्या गोष्टीसाठी तयार होत नव्हते. एकदा झाली ती चूक पुन्हा होता कामा नये असे ती वारंवार स्वतःला बजावत होती.

सेमिस्टर एक्झाम जवळ आल्याने सगळेजण अभ्यासाला लागले. स्पृहाचे मात्र अभ्यासातून लक्ष उडाले होते. काही दिवसांपासून आतिशचे वागणे बदलले होते. हल्ली तो क्वचितच कॉलेजला यायचा. त्यांच्या ग्रुपमधील काही जणांनी त्याला एका मॉडेल सारख्या दिसणाऱ्या मुलीसोबत पब, सिनेमाहॉल अशा बऱ्याच ठिकाणी पाहिले होते. स्पृहाच्या मेसेजेसना तो रीप्लाय करेनासा झाला. तिने त्याला मोबाइलवर खूपदा कॉल केले. एकतर तो रिसीव करायचा नाही. किंवा ‘मी बिझी आहे नंतर कॉलबॅक करतो’ असे सांगून फोन कट करायचा. त्याच्या अशा वागण्याने स्पृहा निराश झाली. तासंतास पुस्तक डोळ्यासमोर घेऊन ती हरवलेल्या नजरेने कुठेतरी पहात बसे. मोबाइल फोनची रिंग वाजताच अधीरपणे आतिशचा फोन असेल या आशेने फोन घ्यायची. आतिश आपल्याला टाळतो आहे, हे तिच्या लक्षात आले आणि ती अधिकच निराशेच्या गर्तेत बुडाली.

स्पंदन तिला खूप समजवायची. पण वस्तुस्थितीचा स्वीकार करणं तिला खूप कठीण जात होतं. आता तर स्पृहाचे कॉलेजला जाणे सुद्धा बंद झाले. तासंतास शून्यात नजर लावून ती बसून राही. अंघोळ, जेवण यासारख्या रोजच्या गोष्टी करण्याचेही तिला भान राहत नसे. तिची अशी अवस्था तिच्या आई बाबांना आणि

स्पंदनला पाहवत नसे. त्यांचा जीव तिच्यासाठी तुटत होता. सायकॅट्रिस्टच्या ट्रीटमेंटचा सुद्धा तिच्यावर काही फरक पडत नव्हता. डिप्रेशनवरच्या औषधांमुळे खूप वेळ ती झोपून राही. उठल्यावर काही न करता शून्यात नजर लावून बसे. बाह्य जगाशी तिचा संपर्क पूर्णपणे तुटला. घरच्यांसोबतही ती काही बोलत नसे.

एके सकाळी सहाच्या सुमारास बिल्डिंगच्या खालून गलका ऐकू आल्याने स्पंदनला जाग आली. बाजूच्या पलंगावर स्पृहा तिला दिसली नाही. तिने उठून गॅलरीत जाऊन खाली पाहिले आणि तिला भोवळ आली. कसेतरी तिने स्वतःला सावरले. स्पृहा रक्ताच्या थारोळ्यात पालथी पडली होती. नैराश्याच्या भरांत रात्री केव्हातरी तिने गॅलरीतून उडी मारून आपली जीवनयात्रा संपवली होती.

स्पृहाच्या जाण्याने आई बाबा आणि स्पंदन प्रचंड दुःखात बुडाले. पंधरा दिवसांनंतर स्पंदनने कॉलेजला आणि आई बाबांनी ऑफिसला जायला सुरुवात केली. तोच त्यांच्या दुःखावरचा इलाज होता.

*****

नोटिफिकेशन साउंड ऐकून आतिशने मोबाइल उचलला. "कसा आहेस? मजेत असशील ना?" स्पृहाचा व्हॉट्सअॅप मेसेज पाहून तो उडालाच. स्वतःला सावरून त्याने विचार केला की स्पृहाचा नंबर वापरून कोणीतरी आपली गंमत करत असणार. त्याने त्या नंबरवर फोन केला. "हैलो! मी स्पृहा!! इतक्या सहज मी तुला सोडणार नाही..." पलीकडून स्पृहाचा आवाज आणि पाठोपाठ तिचे चिरपरिचित खळखळून हसणं.

आता मात्र त्याला दरदरून घाम फुटला. स्पृहाच्या विचाराने त्याची झोपच उडाली. त्यानंतर अधून मधून स्पृहा त्याला फेसबुक मेसेंजर, व्हॉट्सअॅप, ईमेलवर पिंग करू लागली. कधी तिच्या मोबाइलवरुन त्याला फोन येई, तेव्हा घाबरून तो कधीच फोन उचलत नसे. एकदा त्याला स्पृहाच्या ई मेल आयडीवरून एक मेल आले. त्यात तो तिच्या भावनांची कसा खेळला. पुष्कळदा संपर्क साधण्याचा प्रयत्न करूनही त्याने तिला कसे टाळले. त्यामुळे ती कशी डिप्रेशनमध्ये गेली आणि शेवटी तिने स्वतःला कसे संपवले. याबद्दलची इत्थंभूत हकिकत होती. त्या दिवसापासून स्पृहा बद्दलची अपराधी भावना त्याच्या मनात घर करू लागली. त्या भावनेने त्याचे सुख चैन हिरावून घेतले. तो रात्री धडपणे झोपू शकत नव्हता. थोडी झोप लागताच वेड्या वाकड्या, भयानक स्वप्नांनी त्याला घाबरून जाग येई. कधीतरी अचानक स्पृहा त्याच्या जवळ उभी आहे असे आतिशला वाटे आणि

भीतीने तो अर्धमेला होई.

हळूहळू तो आतून पोखरला जाऊ लागला. त्याचे मित्र, पब, पाट्र्या, मौजमजा, फिरणं सगळं काही बंद झालं. आता तो फक्त तासंतास शून्यात नजर लावून कोणाशीही न बोलता एकटा बसला राही. आंघोळ, जेवण कशाचीही त्याला शुद्ध नसे. त्याला या अवस्थेत पाहून त्याचे आईवडील खूप दुःखी होत. शहरातील नामांकित मानसोपचारतज्ञ त्याच्यावर उपचार करत होते. पण त्याच्या मनातील भीती कशानेही कमी होत नव्हती. अशातच एकदा स्पंदन आतिशला भेटायला म्हणून त्याच्या घरी आली.

त्याच्या घराची बेल दाबतांना तिच्या मनात भीती, दुःख अशा संमिश्र भावना होत्या. आतिशच्या आईने दार उघडले. त्या खूप खंगलेल्या दिसत होत्या. त्यांनी स्पंदनला आतिशच्या खोलीत नेले. आतिश शून्यात नजर लावून एकटक पाहत होता. तिला पाहताच तो जोरजोरात रडू लागला आणि तिच्यासमोर हात जोडू लागला. त्याचे हे वागणे त्याच्या आईला अनपेक्षित होते. त्या त्याला सावरण्याचा प्रयत्न करू लागल्या. स्पंदन डोळे पुसत तिथून बाहेर पडली.

*****

टॅक्सीतून उतरून, लिफ्टने सातव्या मजल्यावर येऊन तिच्या जवळील चावीने स्पंदनने दार उघडले आणि.... तिच्या खोलीत जावून पर्समधील स्पृहाचा मोबाइल, पिननंबर देऊन उघडला. त्यातील व्हॉट्सअॅप, फेसबुक अकाऊंट डिलीट केले. मोबाइल पूर्णपणे इरेज करून फॅक्टरी रिसेट केला आणि त्यातील सिमकार्ड टॉयलेटमध्ये नेऊन फ्लश करून टाकले. तिच्या लाडक्या बहिणीला, स्पृहाला आयुष्यातून उठवणारा आतिश स्वतःच आयुष्यातून उठला होता. तिचा प्रतिशोध पूर्ण झाला होता. एका वेगळ्याच समाधानाने तिने अभ्यासाचे पुस्तक उघडले.

8

आत्मदाह

कुणाच्यातरी रडण्याच्या आवाजाने मला जाग आली. पहाते तर, माझा राघव "आई...." अशी आर्त हाक देऊन ओक्सबोक्शी रडत होता. त्याचं रडणं बघून माझ्या काळजात कळ उठली. "राघव का रडतोस बाळा ?"असे बोलून, त्याचे मस्तक कुरवाळून, त्याला शांत करण्यासाठी मी हात पुढे केला. पण... अरेच्चा... हे काय ???

मी राघवला स्पर्श करू शकत नाहीये. त्याच्यापर्यंत पोहोचू शकत नाहीये. पण का ??? आणि ही पलंगावर निपचित पडलेली कोण आहे? हुबेहूब माझ्यासारखी दिसतेय. जिला बिलगून राघव एवढा रडतोय.... म्हणजे मी....

अरे देवा... काय होऊन बसले हे ?? आता माझ्या लाडक्या राघवचं कसं होणार ?? कसं समजावू मी त्याला ?? की तुझी आई शरीराने गेली असली तरी मनाने तुझ्यासोबत आहे आणि कायम राहील. पण...

माझं काय ?? हा आत्मदाह, ही तडफड कधी थांबणार?? आत्ताच असह्य झालीय. "तू या आत्मदाहापासून कधीच मुक्त होणार नाहीस. अशीच तडफडत राहशील. कारण तू स्वतःला संपवलस. मात्र राघव मध्ये अडकून पडली आहेस." माझ्या अंतरात्म्याने मला सुनावलं. का? का संपवलं मी स्वतःला?? होय... काल रात्री झोपेच्या गोळ्यांचा ओव्हरडोस घेतला मी आणि कायमची झोपले.

का विचारताय?? कंटाळले मी या नीरस, रखरखीत आयुष्याला... ज्यात प्रेम,

आनंद, आशा अपेक्षा काहीही उरलं नव्हतं. होती फक्त नवऱ्यासोबतची रोजची भांडणं, आरडा ओरड आणि विसंवाद...

शशी, माझा नवरा, पहिल्यापासूनच पराकोटीचा संतापी, अहंकारी त्यात दारूचे व्यसन... त्यापायी त्याच्या कामावर झालेला परिणाम... थांबून राहिलेले प्रमोशन... आणि या सगळ्याचा माझ्यावर आणि राघववर निघणारा संताप... संताप सुद्धा साधा नाही, तर प्रचंड आरडाओरड, मारझोड, वस्तूंची फेकाफेक... कधी लहर असली आणि प्यायला नसला तर, शशी तसं बरं वागायचा... पण असा दिवस क्वचितच उगवायचा.

या सगळ्याचा माझ्या तब्येतीवर व्हायचा तोच परिणाम झाला. चाळीशी गाठण्या अगोदरच मला रक्तदाब आणि मधुमेहाचे दुखणे जडले. घरातील सततच्या भांडणांमुळे लहानगा राघव सतत भीतीच्या छायेखाली राहू लागला आणि समजायला लागल्यापासून बापाचा पराकोटीचा द्वेष करायला लागला. या सगळ्यात समाधानाची बाब म्हणजे माझं स्वतःच्या पायावर उभं असणं... माझी शहरातील नामांकित, सरकारी शाळेतील शिक्षिकेची कायम नोकरी.

राघवची आई आणि बाबा अशा दोन्ही भूमिका मी पार पाडत होते. राघवला तर आई म्हणजे जीव की प्राण... अठरा वर्षांचा झालाय तरी, दिवसभरात घडलेली अगदी छोटीशी गोष्ट सुद्धा राघव मला सांगतो. माझ्यापासून काहीही लपवत नाही. गुणी बाळ आहे माझं तो..त्याच्याकडे बघूनच माझे दिवस सरत होते.

पत्नीचे कर्तव्य मात्र मी चोख पार पाडत होते. माझ्या संस्कारी मनामुळे आणि सहवासाने शशीवर माझं प्रेम होतं. त्याचं खाणं-पिणं, तब्येत सगळं व्यवस्थित सांभाळत होते. कसाही असला तरी माझा नवरा बाहेरख्याली नाही, चांगल्या चारित्र्याचा आहे, याचे मला समाधान होते. पण माझं हे समाधान नसून गैरसमज आहे, हे मला आमच्या लग्नाला तब्बल वीस वर्ष झाल्यानंतर कळलं... एका निनावी फोनमुळे...

शशीचे त्याच्या ऑफिसमधल्या कलिग नयना सोबत गेल्या सहा वर्षांपासून असलेल्या संबंधांबाबत समजल्यावर संतापाने आणि अपमानाने मी पेटून उठले. शशीला याचा जाब विचारताक्षणी त्याचा रंग उडालेला चेहरा पाहून मी काय ते

समजले. पण पुढच्या क्षणी तो निगरगट्ट माणूस, हे संबंध सरळ सरळ नाकबूल करून मोकळा झाला. मी नयनालाही जाऊन भेटले. तिच्याशी भांडले. पण...
"तुमचा काहीतरी गैरसमज झाला आहे मॅडम, शशिकांत सरांशी माझ्या ऑफिसच्या कामाव्यतिरिक्त काहीही संबंध नाही." हेच ती पुन्हा पुन्हा सांगत राहिली.

गेल्या चार महिन्यांपासून पत्नी म्हणून शशी सोबत असलेले सगळे संबंध मी संपवले आहेत. त्याच्याशी बोलणे बंद केलेय. निव्वळ राघवमुळे मी या घरात राहतेय. पण माझे आता कशातच मन नाहीये. हा ताण आता असह्य झालाय... मी सगळं काही सहन करेन, पण फसवणूक नाही सहन होत आहे. अपमान आणि अवहेलनेने मी जळतेय. तडफड होतेय जीवाची...

यातून सुटण्याचा एकच मार्ग दिसतोय... स्वतःला संपवायचं... पण... पण... राघवच काय ? त्याला कोण आहे माझ्याशिवाय ?? पण आईविना तान्ही बाळ सुद्धा राहतात. मग राघव तर अठरा वर्षांचा आहे...आणि शहाणा सुद्धा... माझ्या जाण्याने त्याला खूप दुःख होईल. पण सावरेल तो हळूहळू जसा काळ जाईल तसा...मी मात्र या रखरखीत, निष्प्रेम, नरकासारख्या आयुष्यातून एकदाची सुटेन.

माझा विचार पक्का झाला. माझ्या डॉक्टर मैत्रिणीला भेटून 'झोप येत नाही...' या सबबीखाली मी झोपेच्या गोळ्यांचे प्रिस्क्रीप्शन मिळवलं. तेच प्रिस्क्रीप्शन तीन-चार मेडिकल स्टोअर्स मध्ये दाखवून जास्तीच्या झोपेच्या गोळ्या खरेदी केल्या. त्या सगळ्या गोळ्यांची पावडर करून पाण्यात मिसळून काल रात्री एका दमात प्यायले आणि हा त्रास, ही तडफड आता संपेल या विचाराने शांत झोपले.

पण... माझी शारीरिक तडफड, त्रास संपले तरी....माझा आत्मदाह मात्र कमी झाला नाहीये. उलट कैकपटीने तो वाढलाय. माझा जीव माझ्या राघव मध्ये अडकलाय. त्यामुळे माझी तडफड वाढतेय. कसं होणार त्याचं माझ्याशिवाय ? किती रडतोय तो ?? बाळा राघव मी हे काय करून बसले रे ??? निदान तुझ्याकडे पाहून तरी जगायला हवं होतं. आता माझी या आत्मदाहातून सुटका कधी होणार? माहित नाही. देहविहीन मी, माझा आत्मा आक्रंदतो आहे. पण ते आक्रंदन कोणापर्यंत पोहोचू शकत नाहीये.

अलार्म च्या कर्कश्य आवाजाने मला जाग आली. सकाळचे सहा वाजले होते. बापरे !!! केवढं भयानक स्वप्न होतं हे ... हे खरे की आयुष्याला त्रासून, आत्महत्येचा विचार करून मी झोपेच्या गोळ्या आणून ठेवल्या आहेत. पण अजून मला त्या गोळ्या घेण्याची हिंमत झाली नाहीये. खरंतर हिम्मत आत्महत्या करून मरायला नाही, आयुष्याशी दोन हात करून, त्यातील अडचणींवर मात करून जगायला लागते, हे कळलय मला.

माझ्या आयुष्यात किती चांगल्या गोष्टी आहेत ??? माझा लाडका राघव, माझं आवडतं अध्यापनाचं, विद्यार्थी घडवण्याचं काम.... ज्या वाईट त्रासदायक गोष्टी आहेत ते माझे प्रारब्ध भोग आहेत. मग तक्रार कशाची???

मी पुन्हा असा आत्महत्येचा, पळपुटा विचार कधीही करणार नाही. कुठल्यातरी मराठी चित्रपटातील "आयुष्य सुंदर आहे. त्याला मी अजून सुंदर बनवणार..." हा संवाद मला आठवून गेला आणि एका ऊर्मी सरशी उठून मी आणलेल्या झोपेच्या गोळ्या उचलून केरात टाकल्या.

9

मला भूत भेटले आणि...

मी राजा, आता एक सधन शेतकरी झालोय. पण आधी मात्र एक साधा शेतकरी होतो. तीन वर्षांमागे पाच एकर बागायती मध्ये, सहकारी बँकेकडून आणि सावकाराकडून कर्ज काढून केळी लावली. पण नशीब फिरलं. वादळी पावसानं घात केला. कापणीवर आलेले केळीचे घड जमीनदोस्त होवून, मातीमोल झाले. मग काय......

गावाबाहेरच्या पिंपळाच्या झाडावर चांगला जाड दोर बांधला. त्याच्या टोकाला फास तयार केला. त्यात मान अडकवणार तोच... कोणीतरी जोरात मागे खेचले.

"थांब राजा...काय करतोयस लेका..."

कोणा पुरुषाचा आवाज आला. मी इकडे तिकडे पाहीले. कोणी दिसलं नाही.

'अरेच्चा !! कोण बोललं?'

"काय पहातोयस??मी तुला दिसणार नाही."

'भूत आहेस का जादूगार?'

मी वैतागून मनाशीच म्हणालो.

"हो...मी भूत आहे.." घुमणारा आवाज आला.

'बापरे'

मला माझीच गम्मत वाटली. क्षणापूर्वी मरायला तयार असणारा मी आता भूताला घाबरत होतो.

"घाबरू नकोस. जीव द्यायचा तर विचारही करू नकोस. नापिकीमुळे कंटाळून मी सुद्धा याच झाडावर फास लावला आणि गेल्या पंचवीस वर्षांपासून भटकतोय."

"मग काय करू?? कर्जबाजारी झालो. पत गमावली. बायको पोरं घालून पाडून बोलतात..."

"ते परवडले लेका ...पण लाख मोलाचा जीव असा गमावून बसू नको. मी तुला मदत करीन. बँकेकडून आणि सावकाराकडून मोहलत मागून घे. या हंगामात सोयाबीन आणि भाज्या लाव. बघ मग बरकत येते की नाही..."

मी विचार केला, आज ना उद्या नापिकीमुळे आपलं मरण ठरलेलं... मग भूत भेटलेच आहे आणि मदत करायलाही तयार आहे, तर त्याचे ऐकून पाहू. त्या भूताच्या सल्ल्यानुसार सोयाबीनचं पीक घेतलं, गोबी, टमाटे, मिरची, भोपळा, वाल, गिलकी अशा भाज्या लावल्या. अन् काय आश्चर्य... भरपूर फायदा झाला. कर्जही फिटले. गेली दोन वर्षे फुलशेती करतोय, त्याच्याच म्हणजे भूतभाऊच्या सल्ल्यानुसार हो...

तो माझ्यासोबत कायम असतो. त्याच्या सांगण्यानुसार मी इतर शेतकऱ्यांना सुद्धा सल्ले देतो. गावचे बाकी शेतकरी माझा (म्हणजे माझ्याद्वारे त्याचा) सल्ला विचारायला येतात. मस्त चालू आहे. माझ्या शेतातल्या गुलाब, झेंडू, निशिगंध, गुलछडी या फुलांना मुंबई, पुणे, नाशिक या ठिकाणांहून भरपूर मागणी आहे. पोराला शहरात शिक्षणासाठी ठेवलंय. यावर्षी पोरीच्या लग्नाचे बघतोय.

तर माझ्या शेतकरी बांधवांना माझं एवढंच सांगणं आहे की मला भेटला तसा तुम्हाला भूतभाऊ भेटेलच असं नाही, तरी तुम्ही जाणकारांचा सल्ला घेऊन शेती करा. जोडधंदे करा. पण आत्महत्या मात्र करू नका. दिवस नक्की पालटतील. विश्वास ठेवा. तुमच्या मागं तुमच्या कुटुंबाला जगणं असह्य करू नका.

10

एक ऐसे गगन के तले

सीसीडीच्या थंडगार वातावरणात बसून रिया कंटाळली होती. सात वाजून गेले तरी रेहानचा पत्ता नव्हता. खरंतर आज खूप दिवसांनंतर दोघं भेटणार होते. त्यासाठी तिने काल फिनिक्स मॉलमध्ये जाऊन भरपूर शॉपिंग केली होती. फार दिवसांनी रेहान भेटणार म्हणून त्याच्या खास आवडीचा ब्लॅक अँण्ड रेड कॉम्बिनेशनचा वनपीस तिने घातला होता.

परत एकदा तिने रेहानचा मोबाइल नंबर डायल केला. "हॅलो रिया ! I'll be there in just ten minutes. Sorry for the late जान..." मानेला हलकासा झटका देत तिने मोबाइल समोरच्या टेबलवर ठेवला. पर्समधून छोटा आरसा काढून डार्क रेड कलरची लिप्स्टिक पुन्हा ओठांवरून फिरवली. आयलायनरने परत एकदा डोळे हायलाइट केले आणि रेहानची आतुरतेनं वाट पाहू लागली. त्यानंतर पंधरा मिनिटं गेली तरी रेहान काही उगवला नव्हता. कंटाळून तिने परत त्याला फोन लावला.
"अरे कुठे आहेस तु रेहान?"
"रिया ! Today it seems impossible to meet you यार. मी ट्रॅफिकजाम मध्ये अडकलोय."
"Oh no रेहान ! मी जातेय परत. खूप वेळ वाट पाहिली तुझी."

फोन बंद करून स्वतःसाठी मागवलेल्या कॅफे अमेरिकानोचा सीपसुद्धा न घेता बिल पे करून ती बाहेर पडली. पार्किंग मधून तिची आयटेन काढून ती तिच्या बंगल्याकडे निघाली.

मेनडोअर लॅच की ने उघडून आत येऊन पर्स फेकून ती सोफ्यावर विसावली. नोकर चाकर काम संपवून घरी निघून गेले होते. पप्पा आणि सोनिया आँटी बाहेर गेलेले दिसत होते. तिचे पप्पा त्यांच्या बिझनेसच्या निमित्ताने दिवसाचा जास्तीत जास्त वेळ बाहेर असत. वीकएंडला सोनिया आँटी त्यांना शॉपिंग, सिनेमा, पार्टी किंवा रेस्टॉरंटला तिच्याबरोबर यायला भाग पाडत असे.

सोनिया आँटी तिची सावत्र आई. रियाची मम्मा आठ वर्षांपूर्वीच कॅन्सरने गेली. पाच वर्षांपूर्वी तिच्या पप्पांनी ऑफिसातील त्यांच्या सेक्रेटरीबरोबर लग्न केले. तीच ही सोनिया आँटी. पप्पांनी खूपदा सांगून देखील रिया सोनियाला मम्मा न म्हणता आँटीच म्हणायची. सोनियाने सुद्धा रियाला कधी आईचे प्रेम दिले नाही. त्या दोघींमध्ये फारसा संवाद नव्हता. सोनिया कायम मैत्रिणी, किटी पार्टी, शॉपिंग यात व्यस्त असे आणि पप्पा कामात.

घरी असले तरी रियाच्या वाट्याला पप्पा फारसे येत नसत. रिया एकुलती एक असल्याने घरात तिला फार कंटाळा यायचा. त्यात त्यांचे घर म्हणजे प्रशस्त बंगला, शहराच्याबाहेर एकांतात होता. रियाच्या आयुष्यातील महत्त्वाची दोन माणसं म्हणजे तिची बेस्ट फ्रेंड नेहा आणि तिचा बॉयफ्रेंड रेहान. रेहानवर तर रियाचे विलक्षण प्रेम. त्याच्या बाबतीत ती खूपच पझेसिव्ह होती. म्हणूनच त्याला आज भेटता न आल्याने ती नाराज होती.

रात्रीचे नऊ वाजले होते. रियाला काहीही खाण्याची इच्छा नव्हती. ती तशीच कपडे न बदलता सोफ्यावर बसली होती. अचानक एक जोरदार आवाज झाला. विमान लँड होताना होतो तसा. विमानतळ जवळ असल्याने असे आवाज तिच्या परिचयाचे होते. पण हा आवाज फारच मोठा होता. त्यांच्या बंगल्याच्या गच्चीवरून तो आवाज येत होता. कुतूहलाने रिया उठली. पायऱ्या चढून वर आली. गच्चीचे दार तिने उघडले.

बापरे. . .हे काय???? गच्चीवर यानसदृश्य एक छोटे विमान उतरले होते. कुतूहलमिश्रित भयाने रिया समोरचे दृश्य पाहू लागली. चारजणं बसू शकतील असे छोटे यान समोर उभे होते. यानाचा बाह्य भाग प्रकाशमान झाला होता. बारीकशी घरघर ऐकायला येत होती. ती भान हरपून पाहात राहिली.

पाचच मिनिटं गेली असतील. यानाच्या समोरच्या भागातील तिच्या बाजूचं दार उघडलं आणि स्पेससूट घातलेली एक व्यक्ती बाहेर आली. त्याचा स्पेससूट सुद्धा हलकासा प्रकाशमान दिसत होता. तिच्या एवढीच उंची असलेल्या त्या व्यक्तीचे हात काहीसे लांब होते. डोकं सर्वसाधारण माणसापेक्षा मोठं होतं आणि त्यावर हेल्मेट होतं. चेहऱ्यावर हेल्मेटला असते तसेच पारदर्शक आवरण होते. त्याचे काहीसे चपटे नाक आणि बारीक डोळे त्यातून दिसत होते. त्याच्या हालचाली पृथ्वीवरील मानवा प्रमाणेच होत्या. तो तिच्याकडे पहात होता. तीदेखील आ वासून त्याला बघत होती. तिची विचारशक्ती हरवली होती.

अचानक तिथे एक प्रकारचा स्वर्गीय सुगंध दरवळला. त्याचा स्पेससूट प्रकाशमान दिसू लागला. त्याच्या डोक्यापासून प्रकाशाची एक शलाका तिच्या कपाळाच्या मध्यापर्यंत आली आणि तिच्या मनात तरंग उमटले. या तरंगांना कुठल्याही भाषेची गरज नव्हती. त्याच्या मनातील विचार, त्याचं म्हणणं तिला समजण्यासाठी ती प्रकाशमान रेखा प्रक्षेपित झाली होती. पण एका मिनिटाच्या त्या प्रक्षेपणात त्याला जे सांगायचं होतं ते तिच्यापर्यंत व्यवस्थित पोहोचलं.

"आम्ही गुरुग्रहाचा उपग्रह युरोपावरील रहिवासी आहोत. पृथ्वीवरील जीवसृष्टीचा विशेषतः तुझ्यासारख्या, आमच्याशी साम्य असणाऱ्या प्राण्यांचा अभ्यास करण्यासाठी आम्ही बऱ्याचदा येतो. पण आज आमच्या यानाच्या सिस्टीममध्ये काही बिघाड झाल्याने आम्ही भरकटलो आहोत. म्हणून येथे यान उतरवलं. आमच्या यानातील सिस्टम आता ठीक झाली आहे आणि आम्ही परत जात आहोत."

तो परग्रहवासी यानात बसला आणि यानाने सुपरसॉनिक वेगात उड्डाण केले. थोड्याच वेळात यान आकाशात गतीमान असलेल्या तुटलेल्या ताऱ्याप्रमाणे दिसू लागले. रिया दिग्मूढ होऊन पाहत राहिली.

मेन डोअर उघडण्याचा आवाज झाला आणि तिची तंद्री भंगली. पायऱ्या उतरून ती खाली आली. पप्पा आणि सोनिया ऑंटी बाहेरून आले होते. तिच्याकडे एकटक पाहत असलेल्या सोनियाकडे तिचे लक्ष गेले. रियाने तिच्या नजरेला नजर भिडवली. आणि. . . कसला तरी कुबट, कुचका दुर्गंध तिच्या नाकात घुसला आणि त्याबरोबरच रियाच्या मनात सोनियाच्या नकारात्मक व गढुळ विचारांचे

तरंग उमटले. "कुठे गेली होती ही एवढी तयार होऊन? ही समोर आली की माझा मूडच जातो. f***ing bitch !!" विस्मय आणि दुःख अशा संमिश्र भावनांनी रिया कावरीबावरी झाली.

सोफ्यावर बसून शूज काढणाऱ्या पप्पांकडे तिने पाहिले. तिला काही जाणवले नाही. तेवढ्यात त्यांनी तिच्याकडे पाहून विचारले, "जेवलीस का बेटा ?" "हो पप्पा." तिने खोटंच सांगितलं. ती पप्पांकडे पाहात अंदाज घेत राहिली. कुठल्याही प्रकारचा गंध न जाणवता तिच्या मनात पप्पांच्या विचारांचे तरंग उमटले, "रिया हॉस्टेलला जायला हवी होती. माझ्याजवळ राहता यावे म्हणून ती गेली नाही, पण सोनियाला ती इथे नको आहे. ती समोर आली की सोनियाचा मूड जातो आणि सगळंच कठीण होऊन जातं."

पप्पांच्या मनातील विचार कळताच रियाच्या डोळ्यांत अश्रूंनी गर्दी केली. अवघ्या पाच वर्षांत मम्माला विसरून, या कावेबाज बाईच्या कह्यात जाणाऱ्या, त्यासाठी त्यांच्या मुलीलाही दूर करण्याचा विचार करणाऱ्या पप्पांची तिला मनस्वी चीड आली. काही न बोलता ती खोलीत निघून गेली.

रात्रभर तिच्या डोळ्याला डोळा लागला नाही. सोनियाच्या मनात, तिच्याबद्दल काय आहे? हे तिला माहित होतं. पण आज पप्पांच्या मनातील तिच्याबद्दलचे विचार समजल्यावर तिला खूप वाईट वाटलं. त्या परग्रहवासीय अनाहूत पाहुण्याच्या संपर्कात आल्याने तिला समोरच्या व्यक्तीच्या मनातील तिच्याबद्दलचे विचार वाचता येऊ लागले होते. विचारांच्या प्रकारानुसार सुगंध अथवा दुर्गंध सुद्धा जाणवू लागला होता. फक्त त्यासाठी त्या व्यक्तीशी नजरानजर होणे गरजेचे होते.

रात्री उशिरा केव्हातरी तिला झोप लागली. सकाळी कॉलेजमध्ये वर्गात जाताना रियाला रोहित भेटला. रोहित तिच्या क्लासमधला टॉपर, साधा, सरळ वाटणारा. दोघंही सहज बोलत वर्गाकडे निघाले. बोलता बोलता तिचे त्याच्याकडे लक्ष गेले. तो तिच्याकडे पहात होता. वातावरणात पुन्हा एक प्रकारचा दुर्गंध पसरला आणि तिच्या मनात तरंग उठले. "रिया ! कसली सेक्सी दिसते आहेस? एकदा तरी मला तुझ्या सोबत. . ."

रियाने पटकन मान फिरवली. ती वर्गात आली आणि नेहा जवळ जाऊन बसली. आज नेहाचे काहीतरी बिनसलेले दिसत होते. रियासोबत ती एक शब्दही बोलत नव्हती. रियानेही फार मनावर घेतले नाही.

काहीही झाले तरी आज रेहानला भेटायचंच असं ठरवून, रियाने त्याला व्हॉट्सअॅप मेसेज करून संध्याकाळी तिच्या जीमच्या बाहेर असलेल्या कॉफीशॉपमध्ये यायला सांगितलं.

एक्सरसाइज करुन फ्रेश झालेल्या रियाकडे रेहान एकटक पाहात होता. तिनेही हसून त्याच्याकडे पाहिले. आणि. . . अचानक तोच कुबट दुर्गंध सुटला. जो तिने काल सोनियाकडे बघतांना अनुभवला होता. पाठोपाठ तिच्या मनात रेहानच्या मनातील विचारांचे तरंग उठले, "काल मी हिच्याशी खोटं बोलून हिच्या बेस्ट फ्रेंड नेहासोबत होतो, हे हिला कळंलं तर ही मला पुन्हा भेटेल का ? पण मला हिच्यासोबत आजकाल बोअर होतं. फारच पझेसिव आहे रिया. above all, I like variety in every aspect of my life." रियाला कमालीचा धक्का बसला. ती ताडकन उठली आणि काहीही न बोलता कॉफीशॉपच्या बाहेर आली.

नेहाच्या अबोल्याचं कारण तिला कळलं होतं. कशीतरी ती घरी आली आणि तिच्या बेडरूममध्ये जाऊन धाडकन दरवाजा बंद करून बेडवर पडून उशीत तोंड खूपसून रडत राहिली.

त्यानंतर दोन दिवस रिया, तब्बेत बरी नाही या सबबीवर तिच्या खोलीबाहेर पडली नाही. जेवणाचीतर तिला इच्छाच नव्हती. जेवण बनवणाऱ्या मावशी तिचे ताट तिच्या खोलीत आणून देत. तिसऱ्या दिवशी संध्याकाळी गच्चीवरून यान जात असल्याचा आवाज झाला.

ती गच्चीवर जाऊन पाहू लागली. त्यादिवशी पाहिलेले परग्रहावरील यान तिच्या घराच्या गच्चीवरून वेग कमी ठेवून जात होते. तिला पाहताच त्या परग्रहवासीयाने यानाचे दार अर्धवट उघडून एक मोबाइलसदृष्य यंत्र तिच्या बाजूला खाली टाकले आणि तिच्याकडे बघून त्या दिवशी प्रमाणे प्रकाशाची रेखा प्रक्षेपित केली, "या यंत्राद्वारे तू माझ्याशी, मी पृथ्वीच्या कक्षेत असतांना संपर्क करू शकतेस." रियाने हसून मान हलवली आणि ते यंत्र उचलून हातात घेतले.

पाहता पाहता वेग वाढवून यान अदृश्य झाले.

आज त्याच्यासोबत यानात आणखी दोन व्यक्ती रियाला दिसल्या. रियाने अंदाजाने त्या संपर्क यंत्राचे एक बटन दाबले. स्क्रीनवर रियाला भेटलेल्या परग्रहवासियाचा चेहरा दिसू लागला. स्क्रीनमधून बारीक प्रकाशरेखा बाहेर येऊन तिच्या कपाळावर टेकली. त्यादिवशी सारखाच स्वर्गीय सुगंध दरवळला. "तुला भेटावसं, तुझ्याशी बोलावंस वाटतं, म्हणून हा फोन तुला दिला. आम्ही क्वचितच पृथ्वीवर उतरतो. पृथ्वीच्या कक्षेतून मात्र नियमित जात असतो. दुष्ट माणसांच्या नजरेस पडलो, तर ते आम्हाला बंदी बनवून, आमच्या खास कौशल्याचा स्वतःच्या स्वार्थासाठी गैरवापर करतील, अशी भीती वाटते. तू खूप निःस्वार्थी, निष्पाप आहेस. पण फार दुःखी आहेस ना ?"

मावशींनी जेवणासाठी हाक मारली. रिया फोन बंद करून खाली आली.

त्यानंतर बऱ्याचदा रियाने त्या खास फोनवरून एंजल सोबत (होय, रियाने त्याचे नामकरण एंजल असे केले होते.) संवाद साधला. त्यावरून तिला कळलं, ज्या गुरू ग्रहाचा उपग्रह, युरोपाचा एंजल रहिवासी आहे, तो चंद्रापेक्षा लहान आहे. तेथे पाणी आणि ऑक्सिजनचे प्रमाण मुबलक आहे. तेथील समुद्राच्या खाली एंजलची आणि बाकी युरोपावासियांची वस्ती आहे. त्यांची लोकसंख्या एक हजारच्या आसपास असून, ते अत्यंत प्रगत आहेत. सोप्या भाषेत सांगायचे झाले तर पृथ्वीवरील मानवापेक्षा शंभर वर्षे पुढे आहेत. त्यांची बहुतेक कामं यंत्राद्वारे होतात. त्यांची यानं सुपरसॉनिक विमानांपेक्षा वेगवान आहेत. त्यांचा एकमेकांशी तरंगांच्या आधारे संपर्क चालतो. त्यांचे मुख्य अन्न समुद्रातील मासे आणि समुद्राखाली उगवणाऱ्या वनस्पतींची अत्यंत चविष्ट फळं आहेत. समुद्राखालील एक प्रकारच्या वनस्पतीच्या सालीपासून बनलेले फायबरयुक्त तऱ्हेतऱ्हेचे कपडे ते परिधान करतात.

मुख्य म्हणजे अतिप्रगत असूनदेखील, युरोपावासीय अत्यंत निस्वार्थी, निष्पाप आणि शांतीप्रिय आहेत. त्यांच्यासारखा स्वभाव असलेल्या पृथ्वीवरील मानवांशी त्यांना संपर्क करायला आवडतो. पृथ्वीवरील काही पाच दहा माणसं देखील त्यांच्यासोबत युरोपावर येऊन वस्ती करून आहेत. युरोपावरील वातावरण पृथ्वीवरील मानवाला पोषक आहे.

रियाला एंजल मुळे युरोपाची चांगलीच माहिती झाली होती. ती दिवसातून एकदा तरी एंजलशी संपर्क करायची. तिला त्याच्याशी बोलायला आवडायचं. कधी कधी तो पृथ्वीच्या कक्षेत नसला तर तिचा संपर्क व्हायचा नाही मग तिला खूप एकटं वाटायचं. एंजलमुळे ती आपली सगळी दुःख विसरली होती. युरोपाबद्दल एंजल कडून एवढं ऐकलं होतं की तिला आता कायम युरोपावासीय व्हावं असं वाटू लागलं होतं. मुख्य आकर्षण होतं एंजल आणि त्याच्यासारखेच सरळ, साधे, निष्पाप, निस्वार्थी युरोपावासीय, ज्यांना पृथ्वीवरील माणसांसारखे स्वार्थ, कपट, अहंकार, राग, मत्सर असे विकार माहित नव्हते.

एक दिवस संपर्कात असताना एंजलने तरंगांद्वारे तिला विचारलं, "तुला यायचंय ना युरोपावर ? कधी येऊ तुला घ्यायला ?" "आता, लगेच.." क्षणाचाही विलंब न लावता रियाने उत्तर दिले आणि गच्चीवर जाण्यासाठी पायऱ्या चढू लागली.

तिला घेण्यासाठी येत असलेले एंजलचे यान जवळ येताना दिसले आणि तिच्या मनात पूर्वी कधीतरी ऐकलेल्या गाण्याच्या ओळी घोळू लागल्या.

आ चल के तुझे मैं लेके चलू एक ऐसे गगन के तले ।
जहाँ गम भी ना हो आँसू भी ना हो बस प्यार ही प्यार पले॥
एक ऐसे गगन के तले॥

******

यानाच्या मागच्या भागात जाऊन रियाने स्पेससूट चढवला आणि एंजल जवळील पुढच्या सीटवर बसून बेल्ट लावला. कल्पनेपलीकडच्या वेगाने यान युरोपाच्या दिशेने निघाले. सहा तासांनंतर यान युरोपावर उतरलं. नजर जाईल तिथे खडकाळ जमीन दिसत होती.

वेग कमी कमी होत यान एका गोठलेल्या समुद्रापाशी आलं आणि पाहताक्षणी नजरेत न येणाऱ्या समुद्राच्या काठावरील एका पोकळीतून समुद्राच्या खाली जाऊ लागलं. "अहाहा ! किती सुंदर !!" आजूबाजूचा परिसर पाहून रीया उद्गारली. निरनिराळ्या रंगबिरंगी फुलांनी वृक्ष डवरले होते. त्यावर विविध, सुंदर पक्षी चिवचिवत होते. थंड वारा वाहत होता. वातावरणात एक प्रकारचा सुगंध दरवळत होता. हिरवाई च्या मधून काही टुमदार, कौलारू घरं दिसत होती. प्रत्येक घराच्या

परिसरात एक छोटंसं तळं आणि त्याभोवती फुललेली बाग होती. घरांच्या परिसरात काही स्त्रिया, पुरुष आणि लहान मुलं दिसत होती. त्या सगळ्यांचे पेहराव जपानी लोकांसारखे, फुलाफुलांचे, पायघोळ होते.

एका मोकळ्या मैदानात एंजलने यान उभे केले आणि दोघे खाली उतरले. आजूबाजूचे स्त्री पुरुष आणि लहान मुलं विस्मयाने रिया कडे पाहात होती. रियाचे त्यांच्याकडे लक्ष जाताच हसून, किंचित मान झुकवून तिचे स्वागत करत होती. त्यांच्या मनातील निर्मळ भावनांचा सुगंध आसमंत व्यापून उरला होता. वातावरणात कमालीची सकारात्मकता होती. खडकाळ जमिनीवरील गोठलेल्या समुद्राखाली एका प्रचंड घळीत एवढी सुंदर वसाहत असू शकते हे पाहून रिया विस्मयचकित झाली होती.

एका टुमदार, कौलारू घराचे दार उघडून एंजल आत आला आणि त्याच्या मागोमाग रिया. एक मध्यमवयीन स्त्री हसतमुखाने त्यांना सामोरी आली. तिने प्रेमाने रियाला जवळ घेऊन तिच्या कपाळावर ओठ टेकले. "मी एंजलची आई, आणि आता तुझी सुद्धा." रियाच्या मनात तरंगां द्वारे शब्द उमटले. तिचे डोळे आनंदाश्रूंनी भरून आले.

युरोपावरील जीवन स्वर्गीय होते. तेथील लोक साधे, सरळ आणि निर्मळ होते. राग, लोभ, मत्सर, कपट, स्वार्थ या भावनांना तिथे प्रवेश नव्हता. पृथ्वीवासीयांपेक्षा युरोपावासीय शंभर वर्षे तरी जास्त प्रगत होते. प्रत्येक कामासाठी स्वतः तयार केलेल्या यंत्रांचा ते उपयोग करत. आवाजरहित, वेगवान यंत्रं घरकाम, बागकामा साठी आणि प्रयोगशाळांतून वापरले जात. तेथील लोक तरंगां द्वारे एकमेकांशी संवाद करत. त्यामुळे तेथे कोलाहल नसून निरव शांतता होती.

गुरुत्वाकर्षणाच्या फरकामुळे रियाला हलके, तरंगल्यासारखे वाटे. पृथ्वीपेक्षा दिवस लहान असल्याने वेळ लवकर निघून जाई. एंजलची घरातच यानाचे सुटे भाग बनवण्याची प्रयोगशाळा होती. अवकाशयानं दुरुस्त करण्यातही त्याचा हातखंडा होता. त्याचे वडील पृथ्वीच्या सफरीवर गेले असताना त्यांच्या यानाचा स्फोट होऊन त्यात ते मरण पावले होते. एंजलची आई रियाशी दिवसातला बराच वेळ तरंगांद्वारे संवाद साधे, त्यातून तिला हे समजले होते. एंजलच्या आईचा बहुतेक वेळ आराधनेत जायचा. तेथील लोक सूर्याची आराधना करत असत.

लवकरच रिया तेथे रमली. ती अतिशय खूश होती. एंजलचे तिच्यावर जीवापाड प्रेम होते. तरंगांद्वारे संवाद करायला रिया आता शिकली होती. झाडांच्या सालींपासून बनवलेल्या कापडाचे वेगवेगळे पेहराव रिया बनवू लागली. समुद्राच्या आतील भागात सापडणाऱ्या वेगवेगळ्या रंगांच्या रत्नांचे आणि मोत्यांचे दागिने सुद्धा तयार करायला लागली. तिने तयार केलेल्या ड्रेसेस आणि ज्वेलरीला युरोपावरील स्त्रियांची पसंती मिळून त्यांची मागणी वाढली. तिचा दिवसाचा बराचसा वेळ या आवडत्या कामात जाऊ लागला.

तेथील लोक युरोपावरील गोड मधुर फळं आणि भाज्यांचे वेगवेगळे प्रकार खाण्यासाठी तयार करत. समुद्राच्या आतील भागात मिळणाऱ्या माशांचे सुद्धा चविष्ट प्रकार बनवले जात. एवढे प्रगत असून देखील तेथील लोक एका ठिकाणाहून दुसऱ्या ठिकाणी जायचे असल्यास पायी किंवा सायकलींचा वापर करत. दूर जायचे असल्यास सौरऊर्जेवरील स्वयंचलित गाड्यांचा क्वचित वापर करत. त्यामुळेच युरोपावासीय निरोगी, सडपातळ आणि चपळ होते. प्रदूषण काय असतं हे त्यांना माहीत नव्हतं. तिथे युरोपाइन हे चलन वापरले जाई.

तीन चार महिन्यांतून एकदा एंजल पृथ्वीची वारी करून येई. सोबत येण्याबद्दल त्याने विचारूनही रियाला मात्र कधीही त्याच्यासोबत जावेसे वाटले नाही. एंजल आणि त्याच्या इतर संशोधक मित्रांनी पृथ्वीवरील काही मोठ्या अंतराळविज्ञान प्रयोग शाळांच्या बाहेर दृष्टिपथात येणार नाहीत अशा डेटा कलेक्टर नॅनोचीप्स बसवल्या होत्या. हेतू हा की, पृथ्वीवरील अंतराळवाऱ्यांची माहिती मिळावी.

त्यावरून त्यांना पृथ्वी वासियांची मंगळ आणि इतर ग्रहांवरील मोहीम, चंद्रावरील जमीन आरक्षित करणे, तसेच अंतराळात पृथ्वीच्या वातावरणाशी मिळताजुळता ग्रह शोधून त्यावर वसाहत करण्याची तयारी, याबद्दल समजले होते. पृथ्वीवरील धनाढ्य लोक तेथील प्रदूषणाला आणि रोगराईला कंटाळून त्यांच्यासाठी राहण्यायोग्य असलेल्या दुसऱ्या ग्रहाच्या शोधात होते.

असेच एक दिवस पृथ्वीवरून परत आल्यावर एंजल आणि त्याचे मित्र कधी नव्हे ते चिंतातूर होऊन तरंगांद्वारे चर्चा करत होते. रिया देखील तिथेच होती. युरोपावरील लोकांना तिने असे चिंतातूर कधीच पाहिले नव्हते. त्याला कारणही तसेच होते.

पृथ्वीवरील काही बलाढ्य देशांच्या अवकाशतज्ज्ञांनी केलेल्या संशोधनानुसार निष्कर्ष काढला होता की, युरोपा या गुरूच्या उपग्रहावरचे वातावरण पृथ्वीवरील वातावरणाशी मिळते जुळते आहे, आणि तेथे पृथ्वीवरील मानव वसाहत करून राहू शकतो.

पण त्यांना युरोपावरील गोठलेल्या समुद्राखालील सध्याच्या अस्तित्वाची जाणीव नव्हती. त्यांचे प्रयत्न युरोपावरील खडकाळ जमिनीला राहण्यायोग्य आणि गोठलेल्या समुद्राला द्रवरूपात आणण्याचे होते. त्यादृष्टीने येत्या काही महिन्यांत युरोपावरील मोहिमेस ते लोक निघणार होते. ही खरोखरच चिंतनीय बाब होती.

एकदा का पृथ्वीवरील मानवाला युरोपावरील वसाहतीबद्दल कळले की ती वसाहत अधिग्रहित करायला त्यांची स्वार्थी जात मागे पुढे पाहणार नाही हे नक्की होते. युरोपावासीय संख्येने कमी असल्याने त्यांना समोरासमोर तोंड देणे शक्य नव्हते. या समस्येवर युक्तीनेच काहीतरी तोडगा काढणे गरजेचे होते. त्यासाठी लवकर पावले उचलावी लागणार होती. ही युरोपा वासियांच्या अस्तित्वाची लढाई होती.

"पृथ्वीवरील मानव जातीला मृत्यूची सर्वात जास्त भीती वाटते. त्यामुळे युरोपावर राहणे म्हणजे स्वतःचा मृत्यू ओढवून घेणे, असे जर त्यांना भासवता आले तर. . ." तरंगांद्वारे रियाने सुचवले. खरंच असं काही करता आले तर युरोपावासियांना स्वतःचा बचाव करता येणार होता.

एंजल आणि त्याच्या मित्रांनी यावर बराच खल करून, इतर संशोधकांची मदत घेऊन, रासायनिक प्रयोगशाळेत खपून एक योजना बनवली. आता सर्व युरोपावासीय निर्धास्त झाले होते.

******

काही वर्षं लोटली आणि ज्याची भीती होती तो दिवस उगवला. पृथ्वीवरील अंतराळ संशोधकांचे पथक घेऊन आलेले यान युरोपाच्या खडकाळ जमिनीवर उतरले. एंजल, रिया आणि त्यांचे मित्र समुद्राच्या आरपार पाहू शकणाऱ्या दुर्बिणीने सर्व पाहू शकत होते. पृथ्वीवरील त्या मानवांनी युरोपाच्या जमिनीचे अवलोकन करण्यास सुरुवात केली. खडकाळ जमिनीचा काही भाग काढून आपल्या जवळच्या परीक्षानळीत भरला. तसंच गोठलेल्या समुद्राचा बर्फ काढून घेऊन

थर्मासससदृश्य बाटलीत भरला.

कसलातरी तीव्र गंध आल्याने संशोधकांपैकी काहींना गरगरल्यासारखं झालं. त्यांच्यापैकी एकाने आपल्या जवळील गॅस आयडेंटिफायर वरील नोंद बघण्यास सुरुवात केली. सर्वदूर ते फिरत होते. अंदाज घेत होते. गंध कुठून येत आहे ते शोधून गॅस आयडेंटिफायर वरील नोंदी पाहात होते. काही वेळाने घाईने यानात बसून ते सर्व संशोधक तेथून निघून गेले.

ते सगळे अंतराळ-संशोधक निघून गेल्याची खात्री झाल्यावर काही वेळाने एंजल आणि त्यांच्या संशोधक मित्रांनी समुद्राच्या खालून युरोपाच्या पृष्ठभागावर सोडलेल्या दिसणार नाहीत अशा अतिसुक्ष्म नळ्या ओढून गॅसने भरलेले कॅन्स प्रयोगशाळेत नेऊन ठेवले.

इकडे पृथ्वीवर अंतराळ संशोधकांच्या बैठकीत "युरोपा हा गुरूचा उपग्रह मानवाच्या राहण्यायोग्य नाही, कारण त्यावर बऱ्याच प्रमाणात ऑक्सिजन फ्लुरॉइड हा विषारी वायू आढळून आला. जो मानवासाठी हानिकारक आहे. त्यामुळे युरोपावरील यापुढील सर्व मोहिमा बंद करण्यात येत आहेत" असा निष्कर्ष निघाला.

****

युरोपावर सर्वांनी आनंद साजरा केला. एंजल-रियाला सर्व युरोपावासीयांनी विशेष धन्यवाद दिले. दुधात साखर विरघळावी तशी रिया आता युरोपावर तेथील रहिवाशांसोबत रमली आहे.. कायमसाठी....

****

Made in United States
North Haven, CT
22 August 2025

72014595R00052